西双版纳傣族文化

传统与现代的交融

刀 丽◎著

วัฒนธรรมชนชาติไตสิบสองปันนา
การผสมผสานระหว่างประเพณีดั้งเดิมกับยุคสมัยใหม่

中国经济出版社
CHINA ECONOMIC PUBLISHING HOUSE
·北 京·

图书在版编目（CIP）数据

西双版纳傣族文化 ：传统与现代的交融 ：汉泰对照 /
刀丽著. -- 北京 ：中国经济出版社，2024. 7. -- ISBN
978-7-5136-7843-8

Ⅰ. K285.3

中国国家版本馆 CIP 数据核字第 2024L394P1 号

组稿编辑 崔姜薇
责任编辑 罗 茜
责任印制 马小宾
封面设计 任燕飞

出版发行 中国经济出版社
印 刷 者 北京富泰印刷有限责任公司
经 销 者 各地新华书店
开 本 710mm × 1000mm 1/16
印 张 13.75
字 数 282 千字
版 次 2024 年 7 月第 1 版
印 次 2024 年 7 月第 1 次
定 价 88.00 元
广告经营许可证 京西工商广字第 8179 号

中国经济出版社 **网址** http://epc.sinopec.com/epc/ **社址** 北京市东城区安定门外大街 58 号 **邮编** 100011
本版图书如存在印装质量问题，请与本社销售中心联系调换（联系电话：010-57512564）

คำนำ 序言

《西双版纳傣族文化：传统与现代的交融》是一部兼具学术价值和艺术价值的作品。它不仅展现了傣族文化的瑰丽多彩，更提出了如何在全球化背景下保持文化独特性和创新性的深刻思考。本书采用中文和泰语双语对照，不仅可以吸引中国读者的目光，也为泰国读者提供了了解西双版纳傣族文化的独特视角。

在书中，作者详细描绘了傣族的服饰文化，那些色彩斑斓、图案精美的传统服饰，不仅体现了傣族人民的审美观念，也蕴含着他们对自然的敬畏和对生活的热爱。同时，书中还介绍了傣族的民居，那些与自然和谐共生的民居，展现了傣族人民对生态环境的尊重和保护。在饮食文化方面，傣族的美食也是丰富多彩，充满了地域特色和民族风情。此外，书中还对傣族的节日、民俗、语言、艺术和非遗文化等方面进行了全面介绍。那些富有民族特色的节日庆典、独特的民俗风情、优美的傣族歌舞和精湛的手工艺术，都让人为之赞叹。然而，本书并未止步于对傣族传统文化的展示，而是进一步探讨了傣族文化在现代社会中的发展和变迁。

在全球化的大背景下，如何保持文化的独特性和创新性是一个亟待解决的问题。《西双版纳傣族文化：传统与现代的交融》这部作品，精彩地呈现了西双版纳傣族文化的绚丽多姿，同时也深入探讨了这一文化如何在现代社会中焕发新生，实现传统与现代的和谐交融。

คำนำ 序言

"วัฒนธรรมชนชาติไตสิบสองปันนา:การผสมผสานระหว่างประเพณีดั้งเดิมกับยุคสมัยใหม่" เป็นหนังสือเล่มหนึ่งที่มีคุณค่าทางวิชาการและทางงานศิลปะ ซึ่งไม่เพียงแต่แสดงให้เห็นถึงความสวยงามและความหลากหลายของวัฒนธรรมชนชาติไตในสิบสองปันนาเท่านั้น ยังให้แนวคิดที่ลึกซึ้งที่เกี่ยวกับวิธีการรักษาความเป็นเอกลักษณ์และการสร้างสรรค์วัฒนธรรมภายใต้โลกาภิวัตน์ โดยหนังสือเล่มนี้ได้ใช้ภาษาไทยและภาษาจีนในการบรรยายเรื่องราว นอกจากดึงดูดความสนใจของผู้อ่านชาวจีนแล้ว ยังทำให้ผู้อ่านชาวไทยได้ทำความเข้าใจกับวัฒนธรรมชนชาติไตของสิบสองปันนาในมุมใหม่ๆ ได้อีกด้วย

ในหนังสือ ผู้เขียนได้บรรยายถึงวัฒนธรรมการแต่งกายของชนชาติไตอย่างละเอียด เครื่องแต่งกายแบบดั้งเดิมที่มีสีสันและลวดลายอย่างประณีตเหล่านั้น ไม่เพียงแต่สะท้อนให้เห็นถึงแนวคิดด้านสุนทรียศาสตร์ แต่ยังแฝงความเคารพต่อธรรมชาติและการรักชีวิตของชนชาติไตไว้ ในขณะเดียวกัน หนังสือเล่มนี้ยังได้แนะนำบ้านเรือนของชนชาติไตที่ได้อยู่รวมกับธรรมชาติได้อย่างกลมกลืน ซึ่งเป็นการแสดงให้เห็นถึงความเคารพและการอนุรักษ์สิ่งแวดล้อมทางนิเวศวิทยาของชนชาติไต ในด้านวัฒนธรรมเกี่ยวกับอาหารการกินของชนชาติไต ซึ่งมีความหลากหลาย

และเต็มไปด้วยเอกลักษณ์เฉพาะทางท้องถิ่นและชาติพันธุ์ นอกจากนี้ ยังนำเสนอข้อมูลเบื้องต้นเกี่ยวกับเทศกาล ประเพณีพื้นบ้าน ภาษา ศิลปะและมรดกทางวัฒนธรรมที่จับต้องไม่ได้ของชนชาติไตไว้อีกด้วย การฉลองเทศกาลที่เต็มไปด้วยเอกลักษณ์ทางชาติพันธุ์ ประเพณีพื้นบ้านอันแสนพิเศษ เพลงและการเต้นรำอันไพเราะและงานฝีมือที่วิจิตรงดงาม ล้วนเป็นที่น่าชื่นชม แต่อย่างไรก็ตาม หนังสือเล่มนี้ไม่ได้แค่นำเสนอวัฒนธรรมดั้งเดิมของชนชาติไตเท่านั้น แต่ยังได้เสนอข้อมูลที่เกี่ยวกับการพัฒนาและการเปลี่ยนแปลงของวัฒนธรรมชนชาติไตในสมัยใหม่นี้อีกด้วย

ภายใต้บริบทของโลกาภิวัตน์ วิธีการรักษาความเป็นเอกลักษณ์และการสร้างสรรค์ของวัฒนธรรม เป็นปัญหาที่ควรได้รับการแก้ไขอย่างเร่งด่วน หนังสือ “วัฒนธรรมชนชาติไตสิบสองปันนา:การผสมผสานระหว่างประเพณีดั้งเดิมกับยุคสมัยใหม่” นอกจากจะนำเสนอวัฒนธรรมชนชาติไตในสิบสองปันนาที่มีความงดงามและหลากหลายแล้ว ยังได้ศึกษาถึงแนวทางการพัฒนาวัฒนธรรมในสังคมสมัยใหม่ เพื่อเกิดการผสมผสานระหว่างประเพณีดั้งเดิมกับยุคสมัยใหม่ได้อย่างกลมกลืน

สารบัญ **目录**

สารบัญ 目录

1

第一章　绪论

บทที่ ๑ บทนำ

第一节 西双版纳概况

ตอนที่ ๑ ความรู้เกี่ยวกับสิบสองปันนาโดยสังเขป

据傣文《泐史》记载，1160年（傣历522年）傣族首领帕雅真（叭真）入主勐泐。① 南宋皇帝发给帕雅真虎头金印，命其为一方之主。帕雅真成为勐泐一带召片领。②1570年（傣历932年），宣慰使刀应勐继位后，把所管辖地区划分为12个征收赋役的单位。③ 从此，勐泐始称西双版纳。西双版纳是傣语，“西双”意为十二，“版”意为千，“纳”意为田。1950年2月17日，西双版纳全境解放。1953年1月23日，西双版纳傣族自治州正式成立，在今景洪市设立了中央行政办公室，那时称为“车里”。1993年12月22日，经国务院批准，撤销景洪县，由原来的三个县改为一市两县，即景洪市、勐海县和勐腊县。

ตามบันทึกทางประวัติศาสตร์ของเมืองลื้อในปี ค.ศ. ๑๑๖๐ (ปี ๕๒๒ ตามปฏิทินชนเผ่าไต) “พระญาเจือง” ได้เป็นเจ้าแผ่นดินแห่งสิบสองปันนาหรือเมืองลื้อ จักรพรรดิราชวงศ์ซ่งใต้ได้ส่งตราทองหัวเสือแท้แก่พญาเจือง เพื่อแต่งตั้งให้เป็นหัวหน้าฝ่ายหนึ่ง ในปี ค.ศ. ๑๕๗๐ (ปี ๙๓๒ ตามปฏิทินชนเผ่าไต) หลังจากเตายิ่งเมิงได้มีการสืบทอดตำแหน่งเจ้าเมือง ได้มีการแบ่งเขตปกครองออกเป็น ๑๒ หน่วยในการจัดเก็บภาษี จากนั้น เมืองลื้อได้เปลี่ยนชื่อมาเป็นสิบสองปันนา สิบสองปันนาเป็นภาษาชนชาติไต ภาษาจีนออกเสียงเป็นซีซองปั่นน่า ซีซอง หมายความว่า สิบสอง ปั่น

---

① 郑晓云:《当代云南傣族简史》，云南人民出版社2012年版，第7页。注：李拂一编译的《泐史》（上卷）记为1180年（傣历542年）。

② 召片领：召片领是傣语，“召”意为主人、王；“片领”意为土地；“召片领”意为土地之王。

③ 李拂一，编译：《泐史》（中卷），云南大学出版社1947年版，第23页。

หมายความว่า พัน น่า หมายความว่า นา ต่อมาวันที่ ๑๗ กุมภาพันธ์ ปี ค.ศ.๑๙๕๐ สิบสองปันนาได้ถูกปลดปล่อย จนในวันที่ ๒๓ มกราคม ค.ศ. ๑๙๕๓ สิบสองปันนาได้ก่อตั้งเป็นเขตปกครองตนเองชนชาติไตสิบสองปันนาขึ้น มีการตั้งสำนักงานบริหารกลางที่เมืองเชียงรุ่งในปัจจุบันนี้ ซึ่งในสมัยนั้นเรียกว่า "เมืองเชอหลี่" และในวันที่ ๒๒ ธันวาคม ค.ศ. ๑๙๙๓ ได้ยกเลิกระบบที่เป็นเอำเภอมาเป็นเมืองเชียงรุ่ง จากเดิมมี ๓ อำเภอ เปลี่ยนมาเป็น ๑ เมือง ๒ อำเภอ คือ เมืองเชียงรุ่ง อำเภอเมืองไห่ และอำเภอเมืองล่า ด้วยความเห็นชอบของคณะรัฐมนตรี

西双版纳州全称为"西双版纳傣族自治州"，位于中国云南省最南端，是中国面向东南亚的最大门户。西双版纳的地理位置十分独特，它地处北纬 21°10′～22°40′、东经 99°55′～101°50′。

จังหวัดสิบสองปันนามีชื่อเต็มว่า เขตปกครองตนเองชนชาติไตสิบสองปันนา" ตั้งอยู่ทางตอนใต้สุดของมณฑลยูนนานของประเทศจีน เป็นประตูสู่เอเชียตะวันออกเฉียงใต้ที่ใหญ่ที่สุดของประเทศจีน สิบสองปันนามีที่ตั้งทางภูมิศาสตร์ที่เป็นเอกลักษณ์ ซึ่งตั้งอยู่ที่ละติจูดเหนือ 21°10' ถึง 22°40' และลองจิจูดตะวันออกระหว่าง 99°55' ถึง 101°50'

西双版纳州辖 1 个县级市（景洪），面积约 6926 平方千米，辖两个县，即勐海县，面积约为5348.5平方千米；勐腊县，面积约为6850平方千米。[①] 西双版纳边境线全长约 966.3 千米，其东部和西部分别与江城县、普洱市相连；西北部与澜沧县为邻；东南、西南和南部分别与老挝、缅甸接壤，澜沧江流经西双版纳中部地区。

จังหวัดสิบสองปันนาแบ่งการปกครองออกเป็น ๑ เมือง คือเมืองเชียงรุ่ง มีพื้นที่ประมาณ ๖,๙๒๖ ตารางกิโลเมตรและ ๒ อำเภอคือ อำเภอเมืองฮายที่มีพื้นที่ประมาณ ๕,๓๔๘.๕ ตารางกิโลเมตร และอำเภอเมืองล่าที่มีพื้นที่ประมาณ ๖,๘๕๐

① 西双版纳傣族自治州概况编写组：《西双版纳傣族自治州概况》，民族出版社2008年版，第 41–44 页。

ตารางกิโลเมตร สิบสองปันนามีพื้นที่ชายแดนยาวประมาณ ๙๖๖.๓ กิโลเมตร พื้นที่ทางทิศตะวันออกและทิศตะวันตกเชื่อมต่อกับอำเภอเจียงเฉิงและเมืองภูเอ่อ พื้นที่ทางทิศตะวันตกเฉียงเหนือติดกับอำเภอหลางชาง พื้นที่ทางทิศตะวันออกเฉียงใต้ ทิศตะวันตกเฉียงใต้และทิศใต้ติดกับประเทศลาวและประเทศพม่า โดยมีแม่น้ำโขงไหลผ่านตอนกลางของสิบสองปันนา

澜沧江在中国境外称为湄公河，全长 4909 千米，也被誉为“东方多瑙河”。湄公河流经中国西双版纳州，横穿老挝、缅甸、泰国、柬埔寨和越南等国，最终汇入太平洋。因此，西双版纳成为中国通往东南亚和南亚的重要渠道，也是云南省进入附近邻国的主要门户。

แม่น้ำล้านช้าง เมื่อไหลออกจากประเทศจีนแล้วถูกเรียกว่า แม่น้ำโขง ซึ่งมีความยาวทั้งหมดรวม ๔๙๐๙ กิโลเมตรและถูกยกย่องว่า เป็น “โอเรียนเต็ลดานูบ” ซึ่งแม่น้ำโขงจะไหลผ่านจังหวัดสิบสองปันนาลงไปถึงประเทศลาว ประเทศพม่า ประเทศไทย ประเทศกัมพูชา ประเทศเวียดนามและสุดท้ายจะไหลไปรวมอยู่ที่มหาสมุทรแปซิฟิก ดังนั้น สิบสองปันนาจึงกลายเป็นช่องทางสำคัญของประเทศจีนในการเข้าสู่เขตเอเชียตะวันออกเฉียงใต้และเอเชียใต้ และยังเป็นเหมือนหน้าต่างบานสำคัญของมณฑลยูนนานที่เข้าสู่ประเทศเพื่อนบ้านใกล้ๆ ได้หลายประเทศ

西双版纳属热带雨林气候，雨季雨量充沛，天气温暖湿润，无四季之分，只有干湿季之别。一年分为旱季和雨季两个季节，旱季从 11 月持续到次年 4 月，雨季则从 5 月持续到 10 月。西双版纳年平均降雨量为 1193.7~2491.5 毫米，年平均日照量为 1800~2100 小时，热带森林茂密、生物多样性丰富。

สิบสองปันนามีสภาพภูมิอากาศแบบป่าฝนเขตร้อน ฤดูฝนมีฝนตกชุก อากาศอบอุ่นและชุ่มชื้น สี่ฤดูกาลไม่ได้แบ่งออกกันอย่างชัดเจน ปีหนึ่งมี ๒ ฤดู คือ ฤดูแล้งกับฤดูฝน ฤดูแล้งจะเริ่มตั้งแต่เดือนพฤศจิกายนจนถึงเดือนเมษายนอีกปีหนึ่ง ฤดูฝนจะเริ่มตั้งแต่เดือนพฤษภาคมจนถึงเดือนตุลาคม มีปริมาณน้ำฝนเฉลี่ยต่อ

ปี ๑,๑๙๓.๗ ถึง ๒,๔๙๑.๕ มิลลิเมตร และมีแดดออกเฉลี่ยต่อปี ๑,๘๐๐ ถึง ๒,๑๐๐ ชั่วโมง สิบสองปันนาจึงมีพื้นที่อุดมไปด้วยป่าไม้เมืองร้อนและมีความหลากหลายทางชีวภาพ

西双版纳被誉为“动物王国”，野生动物种类繁多，如大象、野牛、猴子、鹿和孔雀等。野生动物品种有 756 个，其中被列为国家重点保护珍稀动物的就多达 179 个。西双版纳也被誉为“植物王国”，全州森林面积 155.5 万公顷，植物种类达 5000 多个，包括多种世界珍稀植物。西双版纳还被誉为“水果之乡”和“滇南粮仓”。此外，西双版纳药用植物、油脂植物、香料植物及花卉植物等都十分丰富。

สิบสองปันนาได้รับการยกย่องว่าเป็น “อาณาจักรสัตว์” เนื่องจากอุดมสมบูรณ์ไปด้วยกับสัตว์ป่านานาชนิด เช่น ช้าง ควายป่า ลิง กวางและนกยูงเป็นต้น มีสัตว์ป่า ๗๕๖ ชนิด สัตว์หายากที่ถูกจัดให้เป็นสัตว์อนุรักษ์ที่สำคัญของประเทศมีมากถึง ๑๗๙ ชนิด จึงได้รับการยกย่องว่าเป็น “อาณาจักรแห่งพืช” มีพื้นที่ป่าไม้ทั่วทั้งจังหวัด ๑.๕๕๕ ล้านเฮกตาร์ พันธุ์พืชมีมากกว่า ๕,๐๐๐ ชนิด รวมทั้งพันธุ์ไม้หายากของโลกอีกหลายชนิด สิบสองปันนายังได้รับการยกย่องว่าเป็นเมืองแห่งผลไม้และยุ้งฉางทางตอนใต้ของมณฑลยูนนาน นอกจากนี้ ยังมีพืชสมุนไพร พืชน้ำมัน พืชเครื่องเทศและพืชดอกไม้อีกมากมาย

西双版纳州有 13 个世居民族，分别是傣族、汉族、哈尼族、彝族、拉祜族、布朗族、基诺族、瑶族、苗族、景颇族、回族、佤族和壮族。《西双版纳傣族自治州统计年鉴（2022）》显示，西双版纳州户籍人口为 1021019 人，其中傣族 334689 人，占总人口的 32.75%。

จังหวัดสิบสองปันนามีชนชาติที่อาศัยอยู่ ๑๓ ชนชาติ ได้แก่ ชนชาติไต ชนชาติฮั่น ชนชาติฮาหนี ชนชาติหยี ชนชาติลาหู่ ชนชาติปะหล่อง ชนชาติจีโน่ ชนชาติเย้า ชนชาติแม้ว ชนชาติจิงโป ชนชาติหุย ชนชาติว้าและชนชาติจ้วง และจากสถิติหนังสือประจำปี ค.ศ. ๒๐๒๒ ของจังหวัดสิบสองปันนามีประชากรตาม

ทะเบียนบ้าน ๑.๒๑๐๑๙ ล้านคน ในนี้มีชนชาติไต ๓.๓๔๖๘ ๙ แสนคน หรือคิดเป็นร้อยละ ๓๒.๗๕ ของประชากรทั้งหมด

第二节　西双版纳傣族文化概况

ตอนที่ ๒　ความรู้ทางวัฒนธรรมชนชาติไตสิบสองปันนาโดยสังเขป

西双版纳的傣族文化是一种多元而独特的文化，它深植在这片丰饶的土地上，以其鲜明的文化特色、深厚的历史底蕴和与时俱进的发展精神，成功地将传统文化与现代文化相融合，并传承至今。

วัฒนธรรมของชนชาติไตสิบสองปันนาเป็นวัฒนธรรมที่มีความหลากหลายและมีเอกลักษณ์เฉพาะตัวที่ฝังลึกในดินแดนที่อุดมสมบูรณ์แห่งสิบสองปันนานี้ ด้วยเอกลักษณ์ทางวัฒนธรรมที่โดดเด่น มรดกทางประวัติศาสตร์ที่ลึกซึ้งและความคิดแห่งการพัฒนาที่ทันสมัย จนทำให้วัฒนธรรมชนชาติไตได้ประสบความสำเร็จในการนำวัฒนธรรมดั้งเดิม มาผสมผสานกับวัฒนธรรมสมัยใหม่และสืบทอดมาจนถึงปัจจุบัน

西双版纳傣族社会与文化发展经历了三个重要时期：

第一个时期是佛教传入西双版纳之前，大约公元 300 年前，傣族的祖先过着以狩猎为主的生活，没有固定的居所。随着时间的推移，他们开始接触并学习农耕技术，逐渐过渡到传统农业时代，这一转变不仅使他们的生活更加稳定，也为他们后续的文化发展奠定了坚实的基础。

การพัฒนาสังคมและวัฒนธรรมของชนชาติไตสิบสองปันนาได้ผ่านช่วงเวลาที่สำคัญ ๓ ยุคได้แก่

ยุคแรกคือ ยุคก่อนที่พุทธศาสนาเผยแพร่เข้ามาในสิบสองปันนา คือ ประมาณปี ค.ศ. ๓๐๐ ก่อน เป็นยุคที่ชาวบ้านไม่มีที่อยู่อาศัยเป็นหลักแหล่ง จะโยกย้ายตาม

การล่าสัตว์แต่เมื่อเวลาผ่านไป ชนชาติไตเริ่มสัมผัสและเรียนรู้วิธีการทำเกษตร จนเข้าสู่ยุคการเกษตรแบบดั้งเดิม การเปลี่ยนแปลงนี้ นอกจากจะทำให้ชีวิตของชนชาติไตมีความมั่นคงขึ้นแล้ว ยังได้วางรากฐานในการพัฒนาทางวัฒนธรรมที่ตามมาของชนชาติไต

第二个时期是公元 301 年至 1949 年，佛教文化在西双版纳落地生根，农耕技术得到广泛应用，农产品不仅能自给自足，还能对外销售，促进了傣族社会经济的繁荣发展。

ยุคที่ ๒ คือ ยุคที่พุทธศาสนาเผยแพร่เข้ามาในสิบสองปันนา อยู่ในช่วงประมาณปี ค.ศ. ๓๐๑ ถึง ค.ศ. ๑๙๔๙ เป็นยุคที่เริ่มมีการนำเครื่องมือมาใช้ในการทำการเกษตร ผลผลิตทางการเกษตรจะมีทั้งผลิตไว้เพื่อบริโภคเองและเพื่อจัดจำหน่าย ซึ่งเป็นการส่งเสริมความเจริญรุ่งเรืองและการพัฒนาทางเศรษฐกิจของสังคมชนชาติไต

第三个时期是 1950 年至今，是社会发展与变革时期。随着现代科技的进步，傣族在经济、政治、旅游和教育等领域取得了显著的发展。他们利用现代科技手段，推动农业现代化，提高农产品产量和质量；他们利用丰富的自然资源和人文资源发展旅游业，吸引了大量游客前来观光旅游；他们重视教育，通过提高教育水平，为傣族文化的传承和发展提供了有力的人才保障。

ยุคที่ ๓ คือ ช่วงปี ค.ศ. ๑๙๕๐ ถึงปัจจุบัน เป็นยุคแห่งการเปลี่ยนแปลงหรือเป็นยุคแห่งการพัฒนา เนื่องจากมีการพัฒนาในด้านเทคโนโลยีและวิทยาศาสตร์ให้ทันสมัย จึงทำให้ชนชาติไตได้มีการเจริญในด้านเศรษฐกิจ การเมือง การท่องเที่ยว และการศึกษา ซึ่งชนชาติไตได้ใช้เทคโนโลยีสมัยใหม่ เพื่อส่งเสริมการทำเกษตรแบบสมัยใหม่และเพิ่มผลผลิตกับคุณภาพสินค้าเกษตร นอกจากนี้ ชนชาติไตยังได้ใช้ทรัพยากรธรรมชาติและมนุษยศาสตร์ที่อุดมสมบูรณ์มาพัฒนาการท่องเที่ยว จึงได้ดึงดูดนักท่องเที่ยวจำนวนมากมายมาเที่ยวสิบสองปันนา สุดท้าย ชนชาติไตให้ความสำคัญกับการศึกษา จึงทำให้มีบุคลากรอย่างเพียงพอในการสืบทอดและ

พัฒนาวัฒนธรรมของชนชาติไตโดยผ่านวิธีการยกระดับการศึกษา

傣族文化是在傣族先民的知识、思想、信仰、道德、传统习俗及日常生活基础上逐渐形成的，经过一代代的传承延续至今。然而，随着时间的推移，部分文化发生了变迁，以适应现代社会的需求。尽管傣族与其他文化不同的民族聚居在一起，但他们仍然很好地保留了自己的风俗习惯和文化。无论是独具特色的民居、服饰、美食，还是语言文字、艺术，抑或是从出生到死亡的各种礼节和仪式，均得到了很好的传承。

วัฒนธรรมของชาติไตค่อยๆ ก่อตัวขึ้นจากความรู้ ความคิด ความเชื่อ ศีลธรรม ขนบธรรมเนียมประเพณีและการดำรงชีวิตประจำวันของบรรพบุรุษชนชาติไต ซึ่งได้มีการปฏิบัติและถ่ายทอดกันมาจากรุ่นสู่รุ่น แต่เมื่อช่วงเวลาผ่านไป ทำให้วัฒนธรรมบางอย่างมีการปรับเปลี่ยนไปด้วย เพื่อปรับให้เหมาะสมและสอดคล้องกับยุคสมัยมากขึ้น ถึงแม้ชนชาติไตจะอาศัยอยู่กับชนชาติอื่นๆ ที่มีวัฒนธรรมที่แตกต่างกัน แต่ชนชาติไตก็ยังคงรักษาขนบธรรมเนียมประเพณีวัฒนธรรมของตัวเองไว้เป็นอย่างดี ไม่ว่าจะเป็นเรื่องการดำรงชีวิต บ้านเรือนที่อยู่อาศัย การแต่งกาย อาหารการกินที่เป็นเอกลักษณ์ ภาษาที่ใช้สื่อสารทั้งการพูดและการเขียน ด้านศิลปะ ตลอดจนประเพณีและพิธีกรรมต่างๆ ที่เกี่ยวข้องกับคนตั้งแต่เกิดจนถึงเสีย ล้วนได้รับการสืบทอดมาจนถึงปัจจุบัน

2

第二章　西双版纳傣族服饰

บทที่ ๒ การแต่งกายชนชาติไตสิบสองปันนา

傣族服饰是傣族文化的一部分，它反映了傣族人民自古以来的生活方式。在过去，傣族在日常生活中所穿的服饰与他们在节日仪式中所穿的服饰并没有太大的区别。这些服饰的样式简单，穿着起来既便捷又舒适，而且透气性强。傣族各年龄段服饰样式相差无几，无论是小孩、年轻人还是老年人，都以追求简单和舒适为主。

วัฒนธรรมด้านการแต่งกายเป็นส่วนหนึ่งของวัฒนธรรมชนชาติไต ได้แสดงให้เห็นถึงวิถีชีวิตชนชาติไตนับตั้งแต่อดีตจนถึงปัจจุบัน ในอดีตการแต่งกายประจำวัน และการแต่งกายเมื่อเข้าร่วมงานพิธีหรือเข้าร่วมงานเทศกาลต่างๆ ของชนชาติไต ไม่ได้มีความแตกต่างกันมากนัก การแต่งกายชนชาติไตเป็นการแต่งกายที่เรียบง่าย สวมใส่สบายและระบายอากาศได้ดี รูปแบบการแต่งกายชนชาติไตในแต่ละวัยไม่ได้มีความแตกต่างกันมากนัก ไม่ว่าจะเป็นวัยเด็ก วัยหนุ่มสาวหรือวัยผู้สูงอายุ ล้วนเน้นความเรียบง่ายและสบายเป็นหลัก

现在，傣族服饰与时俱进，融入了周边民族文化元素，日常穿着服饰、参加活动时仪式服饰、节日服饰所使用的布料、服装款式和图案，都发生了显著的变化，变得更富有多样性。

ปัจจุบัน การแต่งกายชนชาติไตมีการเปลี่ยนแปลงอย่างเห็นได้ชัด เนื่องจากรับเอาวัฒนธรรมของชนเผ่าอื่นๆ เข้ามาผสมผสานและปรับเปลี่ยนให้ทันสมัยมากขึ้น ทั้งการแต่งกายในชีวิตประจำวัน การเข้าร่วมงานพิธี งานเทศกาลต่างๆ หรือแม้แต่เนื้อผ้าที่ใช้ การออกแบบและลวดลายบนผ้าต่างมีการเปลี่ยนแปลงไปจากเดิม ซึ่งมีความหลากหลายมากยิ่งขึ้น

随着生活水平的提高，傣族人民对服饰的要求越来越高，不仅注重服饰的实用性，更追求美观和时尚。在服饰的设计上，傣族人民将传统元素和现代设计相结合，形成了独具特色的服饰风格，不仅丰富了傣族服饰的内涵，也使其更具时代感和生命力。

ด้วยมาตรฐานการดำเนินชีวิตที่ดีขึ้น ชนชาติไตจึงมีความต้องการด้านการแต่งกายมากขึ้นเรื่อยๆ ไม่เพียงแต่มุ่งเน้นการใช้งานได้จริงเท่านั้น แต่ยังมองหาความสวยงามและทันสมัยอีกด้วย ในด้านการออกแบบเครื่องแต่งกาย ชนชาติไตได้นำเอาองค์ประกอบดั้งเดิมมาผสมผสานกับแบบที่ทันสมัย จนเกิดเป็นรูปแบบการแต่งกายที่มีเอกลักษณ์เฉพาะตัว ไม่เพียงตอกย้ำความหมายของการแต่งกาย แต่ยังทำให้ทันสมัยและมีชีวิตชีวามากขึ้น

关于西双版纳傣族服饰，笔者将从服饰制作材料、不同年龄阶段男女的服饰样式、服饰制作方式，以及西双版纳傣族服饰传承与保护等方面展开描述。

สำหรับเรื่องการแต่งกายชนชาติไตสิบสองปันนา ผู้เขียนจะกล่าวถึง วัตถุดิบในการผลิตชุดชนชาติไต รูปแบบการแต่งกายชนชาติไตของผู้หญิงและผู้ชายในแต่ละวัย วิธีการผลิตชุดชนชาติไต อีกทั้งการสืบทอดและอนุรักษ์วัฒนธรรมการแต่งกายชนชาติไตที่สิบสองปันนา

第一节　傣族服饰制作材料

ตอนที่ ๑　วัตถุดิบในการผลิตชุดการแต่งกายชนชาติไต

过去，西双版纳傣族人民社会地位的区分可体现在他们所穿服饰的布料、装饰和穿着特点上，尤其是女性服饰的差异更为显著。召勐[①]及其亲属穿着由丝绸制成的服装，官员则选择由亚麻布制成的服饰，而农民和仆人只能穿着普通的棉布服装。女性服饰上的花边装饰也存在明显的等级划

① “召勐”为傣语，“召”意为主人；“勐”是地方的意思。“召勐”意为一片地方之主。

分，农民和仆人只能使用一条花边，官员可使用两条，召勐则可享有三条甚至更多花边的装饰。贵族可以佩戴银制饰品，而平民只能佩戴普通彩线饰品。至于鞋子，召勐和贵族穿布鞋，村长、县长或僧人穿木制拖鞋，而农民和仆人则穿竹制拖鞋。随着新中国的成立，这种封建等级制度被废除，无论是丝质、亚麻还是棉质的布料，抑或银制的饰品，如耳环、戒指、项链等，人们都可以根据个人需求自由选择购买。

ในอดีต การแบ่งชนชั้นวรรณะชนชาติไตในสิบสองปันนาสามารถดูได้จากการแต่งกาย โดยดูจากเนื้อผ้า การตกแต่งบนเนื้อผ้า และลักษณะการแต่งกาย โดยเฉพาะการแต่งกายของผู้หญิง เช่น ถ้าเป็นเจ้าเมืองหรือญาติพี่น้องของเจ้าเมือง จะใช้ผ้าไหมในการตัดเย็บ ถ้าทำงานเป็นข้าราชการจะใช้ผ้าลินิน และส่วนชาวนาและบ่าวจะใช้ได้เฉพาะผ้าฝ้ายเท่านั้น การตกแต่งลูกไม้บนชุดของผู้หญิงก็สามารถบอกชนชั้นของผู้ใส่ได้เช่นกัน ชาวนาและบ่าวจะใช้ลูกไม้ปักได้แค่ ๑ แถบ ข้าราชการจะปักได้ ๒ แถบ และเจ้าเมืองจะปักได้ตั้งแต่ ๓ แถบขึ้นไป เครื่องประดับของขุนนางจะตกแต่งด้วยเครื่องเงิน ชาวบ้านจะตกแต่งด้วยเส้นด้ายสีธรรมดา ส่วนเรื่องรองเท้าที่สวมใส่ เจ้าเมืองและขุนนางจะสวมใส่รองเท้าผ้า ส่วนหัวหน้าหมู่บ้าน นายอำเภอ คณะสงฆ์จะใส่รองเท้าแตะที่ทำจากไม้ ชาวนาและบ่าวจะใส่รองเท้าแตะที่ทำจากไม้ไผ่ จนเมื่อการสถาปนาสาธารณรัฐประชาชนจีน ระบบการแบ่งชนชั้นได้ถูกยกเลิกไป ทุกคนต่างมีชนชั้นวรรณะที่เท่าเทียมกัน ดังนั้นจึงสามารถซื้อเครื่องแต่งการที่ตนเองอยากใส่ได้ ไม่ว่าจะเป็นผ้าไหม ผ้าฝ้าย ผ้าลินินหรือเครื่องเงินต่างๆ เช่น ต่างหู แหวน สร้อยคอเป็นต้น

以前，傣族用于制衣的材料几乎都是棉布。傣族自己种植棉花，等到棉花采摘后便将其纺织成纱，用天然染料染色，自己在家里用剪刀、针和线缝出款式简单的服饰。在傣族家庭中，女性负责为每位家庭成员缝制衣物。

ในสมัยก่อน ชนชาติไตจะใช้ผ้าฝ้ายในการตัดเย็บเสื้อผ้า พวกเขาจะปลูกต้นฝ้ายไว้เอง เมื่อฝ้ายสามารถเก็บได้ก็จะนำฝ้ายมาทำเป็นเส้นด้าย และนำไป

ย้อมสี สีที่ใช้ย้อมจะเป็นสีจากธรรมชาติ เมื่อได้เส้นด้ายตามที่ต้องการแล้วก็จะใช้กรรไกร เข็มและด้ายตัดเย็บเป็นเสื้อผ้าเครื่องนุ่งห่ม รูปแบบของเสื้อผ้าที่ตัดเย็บจะเป็นแบบง่ายๆ ซึ่งจะทำกันเองที่บ้าน โดยผู้หญิงชนชาติไตของแต่ละบ้านจะทำหน้าที่เป็นผู้ตัดเย็บเสื้อผ้าให้กับทุกคนในครอบครัว

传统的傣族服饰都需要自己缝制，从棉花种植到加工成衣服，每一步都是亲力亲为。棉花采摘回来后晾干并去除棉花籽，然后纺成纱，绕成卷，经沸水煮熟后再次晾干，等纱线准备充足后即可织布。大多数人选择在家中高脚屋楼下织布，将纱线绕在织布机上交织穿插。由于是手工织布，需要花费 3~5 天才能织成一匹布。

สมัยก่อน เสื้อผ้าชนชาติไตจะทำเองทุกขั้นตอน ตั้งแต่เริ่มปลูกฝ้าย แปรรูปดอกฝ้ายให้เป็นเส้นด้าย โดยนำดอกฝ้ายไปตากแห้ง แล้วค่อยคัดเมล็ดฝ้ายออก นำดอกฝ้ายที่ได้มาปั่นทำเป็นเส้นด้าย การปั่นด้ายจะเอาดอกฝ้ายมาปั่นเป็นม้วน แล้วเอาไปต้มน้ำร้อน หลังจากนั้นนำไปตากแห้งอีกครั้งหนึ่ง เมื่อได้เส้นด้ายที่เพียงพอ ก็จะนำไปทอผ้า เวลาทอผ้าพวกเขาจะทอกันที่ใต้ถุนบ้านของตัวเอง ขั้นตอนการทอ จะนำกรอด้ายใหญ่ไปไว้ที่เครื่องทอผ้า และทำการทอไปเรื่อยๆ เนื่องจากเป็นเครื่องทอมือ ดังนั้น หต้องใช้ระยะเวลา ๓ ถึง ๕ วันถึงจะได้ผ้าหนึ่งม้วน

傣族老奶奶在高脚屋下织布（刀丽　摄）

การทอผ้าของแม่เฒ่าชนชาติไตที่ใต้ถุนบ้าน

布匹织好后，接下来便是染布。染布所使用的染料都是当地的天然染料。染布时，先将织好的布浸泡在水中，加入染料、牛皮胶，人工将其混合均匀；然后将布匹进行蒸煮，蒸煮完成后用木棍敲打，让胶水和染料渗入布匹中，使之不会褪色；洗净晾干后便成为家庭成员缝制衣物的布料。傣族女性负责制衣，母亲会在女儿小的时候就手把手传授傣族制衣的手艺，代代相传至今。除了织布、染色和缝制衣服，傣族制衣布料上所装饰的花纹和花边，也是人们自己绣的。到了泼水节，关系亲密的姑娘还会一起设计样式、缝制成衣。

หลังจากทอผ้าเสร็จเรียบร้อยแล้ว ต่อไปจะเป็นกระบวนการย้อมสีผ้า สีที่ใช้ย้อมจะเป็นสีที่มาจากธรรมชาติ ซึ่งสามารถหาได้ในท้องถิ่น วิธีการย้อมผ้านั้นทำได้โดยการนำผ้าที่ทอเสร็จแล้วมาแช่น้ำ แล้วเติมสีย้อมและกาวหนังบัวลงไป หลังจากนั้น คนให้เข้ากัน เมื่อเข้ากันแล้วให้เอาไปต้มและนึ่ง เมื่อต้มและนึ่งเสร็จแล้วให้เอาไม้ตี เพื่อจะทำให้กาวและสีที่ย้อมซึมเข้าไปในเนื้อผ้า สีจะได้ไม่หลุดง่าย จากนั้น ก็นำไปซักและตากให้แห้ง เมื่อแห้งสนิทแล้วจึงนำผ้าที่ได้ไปตัดเป็นชุดให้กับคนในครอบครัว ซึ่งการเย็บผ้านั้นผู้หญิงจะเป็นคนทำทุกขั้นตอน และจะเป็นผู้ถ่ายทอดความรู้ให้รุ่นต่อๆ ไป โดยผู้ที่เป็นลูกสาวจะได้รับการฝึกสอนให้รู้จักวิธีเย็บผ้าตั้งแต่เด็ก นอกจากทอผ้า ย้อมผ้าและเย็บผ้าเองแล้ว ลวดลายหรือลูกไม้ที่ตกแต่งบนผ้าก็มาจากการปักชนชาติไตเอง ซึ่งเมื่อถึงเทศกาลสงกรานต์ เพื่อนๆ สนิทก็จะร่วมตัวกันออกแบบเสื้อผ้า แล้วตัดเย็บกันเองที่บ้าน

随着社会的不断发展，傣族服饰所采用的原材料——无论是布料还是染料——都发生了改变，大多数布料为合成纤维，如雪纺、聚酯纤维和丝绸，这些材质不仅品质上乘，而且穿在身上能展现出优美的身姿。服装设计风格、图案和色彩也更加丰富多彩。

เนื่องจากสังคมมีการพัฒนาอย่างต่อเนื่อง วัตถุดิบในการตัดเย็บเสื้อผ้าชนชาติไตไม่ว่าจะเป็นเนื้อผ้าหรือเครื่องย้อมสีผ้า ได้มีการเปลี่ยนแปลงไปจากเดิม เนื้อผ้าที่ใช้ส่วนใหญ่จะใช้ผ้าใยสังเคราะห์ ผ้าชีฟอง ผ้าโพลีเอสเตอร์

และผ้าไหมเป็นต้น ซึ่งผ้าเหล่านี้มีคุณภาพดี เมื่อสวมใส่แล้วทำให้เห็นรูปร่างอันสวยงามของผู้ใส่ได้เป็นอย่างดี นอกจากนี้ ยังมีการออกแบบเสื้อผ้า ลวดลาย และสีสันของผ้าก็มีความหลากหลายมากขึ้น

傣族人民所使用的布料中，除了自己编织的棉布外，还有从东南亚国家，如泰国、老挝、缅甸等进口的亚麻、丝绸及合成纤维等布料。

ผ้าที่ใช้นั้นไม่เพียงแต่ใช้ผ้าฝ้ายที่ชาวบ้านทอเอง แต่ยังมีการนำเข้าผ้าลินิน ผ้าไหม และผ้าใยสังเคราะห์จากประเทศแถบเอเชียตะวันออกเฉียงใต้ อาทิ ประเทศไทย ประเทศลาวและประเทศพม่าเข้ามาใช้ด้วย

近年来，傣族手工织布的传统逐渐式微，许多人选择从市场购买的布料来替代传统的手工自织棉布。最受欢迎的是合成纤维布料，它逐渐取代了傣族传统的手工编织布料。因为从价格来看，合成纤维织物的成本比自己织的布更低。目前，大部分老年人还是喜欢手工织物，其他年龄段的人更倾向于选择合成纤维，因为他们认为这种布料色彩丰富，可供选择的图案更多，且更符合时尚潮流。

หลายปีที่ผ่านมา ผ้าฝ้ายทอมือของชนชาติไตนับวันยิ่งน้อยลง ผู้คนส่วนใหญ่มักจะไปหาซื้อแทนการทอขึ้นเอง ผ้าที่ได้รับความนิยมนำมาตัดเย็บเสื้อผ้ามากที่สุดคือ ผ้าใยสังเคราะห์ ซึ่งนำมาแทนผ้าฝ้ายที่ชนชาติไตทอเอง เพราะเมื่อดูจากราคาผ้าแล้ว ผ้าใยสังเคราะห์จะมีต้นทุนที่ถูกกว่าผ้าฝ้ายที่ทอเอง และทุกวันนี้ ผู้สูงอายุส่วนใหญ่ยังคงนิยมผ้าทอมือ สำหรับวัยอื่นๆ นั้น จะนิยมใส่ผ้าใยสังเคราะห์ที่นำเข้ามากกว่า เพราะผ้าใยสังเคราะห์ที่นำเข้ามามีสีสันหลากหลาย มีลวดลายให้เลือกมากมายและมีความทันสมัย

第二节 傣族服饰的样式

ตอนที่ ๒ รูปแบบการแต่งกายชนชาติไต

传统傣族服饰风格在性别和各年龄段间差异不大，男子衣裤简约无图案，女子筒裙则绣有花卉和孔雀图案，称为“花纹”和“孔雀纹”，上衣则保持简洁。尽管现代傣族服饰的面料、色彩和图案选择更加多样，但服饰样式仍保留了传统特色。以下针对傣族各年龄段服饰样式进行简要概述。

รูปแบบการแต่งกายชนชาติไตในอดีตของแต่ละเพศ แต่ละวัย มีความแตกต่างกันไม่มากนัก ชุดผู้ชายจะไม่มีลวดลาย ส่วนชุดผู้หญิงจะมีลายดอกไม้และลายนกยูงอยู่บนผ้าถุงเรียกว่า “ลายดอก” กับ “ลายดอกนกยูง” แต่เสื้อที่สวมใส่จะไม่มีลาย ปัจจุบันชุดชนชาติไตมีเนื้อผ้า สีสันและลวดลายที่หลากหลายมากขึ้น แต่รูปแบบการแต่งกายยังคงรักษาเอกลักษณ์ดั้งเดิมไว้ ซึ่งสามารถสรุปรูปแบบการแต่งกายของแต่ละวัยได้ดังนี้

傣族男童服饰

การแต่งกายของเด็กผู้ชายของชนชาติไต

过去，由于学校尚未出现，傣族男童在七八岁时必须出家为小沙弥，前往佛寺接受教育。因此，他们主要的服饰是僧袍，这使男童的服饰显得相对单调。但现在孩子们可以去学校接受教育，选择出家当小沙弥的男童数量也减少了，上学时的服饰也改为了校服。出席各种节日仪式时，男童则穿中间有两条花边的短袖衬衫，与衬衫图案、颜色相似的裤子，头上戴着一条包头巾，尾巴下垂似孔雀开屏。

เนื่องจากสมัยก่อนไม่มีโรงเรียน เด็กผู้ชายที่มีอายุ ๗ ถึง ๘ ปี ต้องบวชเณรเพื่อไปเรียนหนังสือที่วัด ดังนั้น เสื้อผ้าของเด็กผู้ชายส่วนใหญ่คือ จีวร ซึ่งจะเรียบง่ายและมีรูปแบบเดียว แต่ปัจจุบันเด็กสามารถศึกษาหาความรู้ได้จากที่โรงเรียน การบวชเณรจึงลดน้อยลง ดังนั้น การแต่งกายของเด็กผู้ชายที่ไปเรียนก็กลายเป็นชุดนักเรียน ส่วนการเข้าร่วมงานเทศกาลหรือพิธีต่างๆ ก็จะสวมใส่เสื้อแขนสั้น ที่มีลูกไม้ ๒ แถบอยู่ตรงกลาง ส่วนกางเกงจะมีลายและสีคล้ายๆ กับสีเสื้อที่สวมใส่ และมีผ้าโพกหัวห้อยชายลงมาเหมือนนกยูงเปิดหาง

傣族女童服饰

การแต่งกายของเด็กผู้หญิงของชนชาติไต

傣族女童的服饰与过去相比并没有发生太大的变化，只是现在的颜色和样式更加丰富。目前最流行的款式是：内穿背心，外罩圆领紧身对襟或斜襟窄袖的短上衣，衣长至肚脐，有花边装饰。下身着长筒裙，裙长足以覆盖脚背，腰间用银腰带系住。筒裙的颜色要么与上衣相近，要么形成鲜明的对比，如上衣为浅色，筒裙则为深色。常见的衣服颜色有粉色、浅绿色、红色和蓝色。

ปัจจุบันการแต่งกายของเด็กผู้หญิงชนชาติไตแตกต่างไปจากอดีตไม่มากนัก มีแค่สีและรูปแบบของเสื้อผ้าเท่านั้นที่มีความหลากหลายมากขึ้น รูปแบบที่นิยมที่สุดคือ ด้านบนใส่เสื้อกั๊กข้างใน ข้างนอกใส่เสื้อรัดตัวที่ไม่มีคอ มีกระดุมอยู่กลางหรืออยู่ทางขวาของหน้าอก แขนเสื้อเล็กและสั้น เสื้อผ้ายาวถึงสะดือและมีลูกไม้ตกแต่ง ส่วนล่างจะเป็นผ้าถุงที่ยาวคลุมหลังเท้า รัดด้วยเข็มขัดเงิน ซึ่งสีผ้าถุงเหมือนเสื้อด้านบนหรือสีตัดกันกับเสื้อข้างบน คือ ถ้าเสื้อข้างบนใช้สีอ่อน ผ้าถุงจะใช้สีเข้ม ส่วนสีเสื้อผ้านั้น ส่วนใหญ่เป็นชมพู เขียวอ่อน สีแดงและสีน้ำเงิน

傣族青年男性服饰

การแต่งกายของชายหนุ่มชนชาติไต

傣族青年男性的服饰从过去到现在的变化并不显著，除了颜色更为鲜艳和衣服有了花边装饰，其样式依然与过去保持了一致性，以上衣和裤子为主。上衣主要有两种样式：一种是圆领款式（无领对襟或大襟短衫），纽扣通常位于正中或胸右侧，衣袖短而窄。另一种是带衣领款式，纽扣位于正中，衣袖为长袖。上衣的颜色多为白色、蓝色、黄色和红棕色等，现在常用花边进行装饰。下身则主要是长款且腿部宽松的裤子（俗称大裆裤）。傣族男性用包头巾缠在头上，包头巾颜色多为粉色、蓝色、天蓝色和黄色。

การแต่งกายของผู้ชายชนชาติไตในอดีตกับปัจจุบันไม่ได้มีความแตกต่างกันมากนัก มีเพียงสีสันของเสื้อที่ดูสดใสมากขึ้นและมีการปักลวดลายลูกไม้บนเสื้อผ้าเพิ่มขึ้นเท่านั้น ซึ่งยังคงเน้นการแต่งกายแบบสวมใส่เสื้อกับกางเกงเป็นหลัก เสื้อที่สวมใส่จะมีสองแบบ แบบแรกคือ เสื้อคอกลมมีกระดุมติดตรงกลางหรือด้านขวาที่หน้าอก แขนสั้นและรัดรูป แบบที่สองคือ มีเสื้อคอปก มีกระดุมอยู่ตรงกลางเสื้อผ้า เป็นแขนยาว ส่วนใหญ่สีเสื้อจะเป็นสีขาว สีน้ำเงิน สีฟ้าหรือสีน้ำตาลแดงเป็นต้น ปัจจุบันนิยมใช้ลูกไม้ตกแต่งบนเสื้อ ส่วนกางเกงจะใส่กางเกงขายาวๆ กว้างๆ (หรือเรียกว่ากางเกงเป้าใหญ่) ผู้ชายชนชาติไตมีผ้าโพกบนศีรษะ ผ้าโพกส่วนใหญ่เป็นสีชมพู สีน้ำเงิน สีฟ้าและสีเหลือง

傣族青年女性服饰

การแต่งกายของหญิงสาวชนชาติไต

传统的傣族青年女性服饰从色调方面来看，偏爱柔和的色彩；从搭配上来看，她们喜欢穿着紧身背心，外套圆领对襟或斜襟窄袖的短上衣。其中，白色、黑色、蓝色、粉红色、紫色、绿色、红色和黄色等颜色特别受欢迎。至于下装，她们通常选择筒裙，腰间系着银腰带，筒裙的颜色多为黑色等深色。在发型方面，傣族青年女性喜欢将头发盘在头顶，并用梳子和鲜花进行装饰，常用的鲜花有占巴花和兰花。有些女性还会选择用白色的包头巾缠在头上。而年龄稍长的女性则更喜欢将银簪子插在头上。傣族青年女性日常生活和重要节日仪式中的服饰风格相差不大，只是在重要节日中，她们的着装会更加精致。例如，她们会穿缝制的新衣，头发上的饰品也会更加华丽。

เสื้อผ้าของหญิงสาวชนชาติไตในอดีตนิยมใส่สีอ่อนไม่ฉูดฉาดมาก ซึ่งถ้าดูจากรูปแบบการแต่งกาย โดยจะใส่เสื้อกั๊กไว้ด้านใน และสวมเสื้อรัดรูปทับอยู่ด้านนอก เสื้อรัดรูปเป็นเสื้อที่มีกระดุมอยู่ตรงกลางหรือทางขวาของหน้าอก แขนสั้นและทรงแคบ สีที่ได้รับความนิยม ได้แก่ สีขาว สีดำ สีน้ำเงิน สีชมพู สีม่วง สีเขียว สีแดง และสีเหลือง เป็นต้น ส่วนล่างจะสวมผ้าถุงและประดับด้วยเข็มขัดเงิน สีของผ้าถุงจะเป็นโทนสีดำหรือโทนสีเข้ม ส่วนทรงผมจะรวบมัดเก็บขึ้นและจะใช้หวีและดอกไม้สด อาทิ ดอกจำปี และดอกกล้วยไม้เป็นเครื่องประดับผม บางคนอาจจะใช้ผ้าขาวคลุมศีรษะ แต่ผู้ที่อายุมากหน่อยจะชอบใช้ปิ่นเงินปักผม การแต่งกายของหญิงสาวชนชาติไตในวันธรรมดากับวันสำคัญต่างๆ จะแตกต่างกันไม่มากนัก การแต่งกายในวันสำคัญต่างๆ จะมีความประนีตมากกว่าเท่านั้น เช่น เสื้อผ้าจะต้องเป็นชุดที่ตัดเย็บใหม่ การทำผมอาจจะต้องตกแต่งด้วยเครื่องประดับที่สวยงาม

自 20 世纪 80 年代起，傣族女性的服饰风格逐年更新。特别是年轻的傣族女性的衣着在经济社会变迁的推动下，展现出巨大的变化。她们不仅继承了傣族服饰的传统精髓，还巧妙地融入了其他民族服饰的时尚元素，使得傣族服装的款式从过去的单调陈旧转变为如今的新颖多样。尽管上衣依旧以紧身短衫为主，长及脚面的筒裙仍是下装的流行选择，但衣领和袖子的设计却呈现出多样的变化。目前，以下三种款式尤为受到青睐：

นับตั้งแต่ ปี ค.ศ. ๑๙๘๐ เป็นต้นมา เสื้อผ้าผู้หญิงชนชาติไตมีการเปลี่ยนแปลงไปทุกปี โดยเฉพาะการแต่งกายของหญิงสาวชนชาติไต เนื่องจากได้รับผลกระทบจาก

เศรษฐกิจและสังคมที่เปลี่ยนแปลงไป พวกเขาไม่เพียงแต่รักษารูปแบบการแต่งกายแบบดั้งเดิมไว้ แต่ยังได้นำการแต่งกายของชนชาติอื่นๆ มาผสมผสานเข้าด้วยกัน ทำให้ปัจจุบันรูปแบบการแต่งกายของชนชาติไตเปลี่ยนจากความซ้ำซากจำเจมาเป็นความแปลกใหม่และหลากหลาย แต่เสื้อยังคงเน้นเสื้อสั้นรัดรูปเป็นหลัก และผ้าถุงที่ยาวถึงเท้าก็ยังเป็นที่นิยม มีเพียงแค่การออกแบบของปกเสื้อและแขนเสื้อเท่านั้นที่มีความหลากหลายมากขึ้น ปัจจุบันรูปแบบเสื้อผ้าของหญิงสาวชนชาติไตที่ได้รับความนิยมมากที่สุด มี ๓ รูปแบบ ได้แก่

样式一：无领无袖的短衫上衣，搭配从一片式逐渐演变为拉链式的包臀裙，裙摆呈鱼尾状。这款服饰采用色彩鲜艳的雪纺面料，并以三色线进行装饰，时尚又美丽。

รูปแบบที่ ๑ เสื้อคอกลมแขนกุด เปลี่ยนผ้าถุงมาเป็นกระโปรงที่ทำจากผ้าชีฟองเป็นซิปและติดสะโพก ชายกระโปรงคล้ายหางปลาสีสันสดใส และบนกระโปรงจะตกแต่งด้วยเส้นสี ๓ เส้น ซึ่งดูทั้งทันสมัยและสวยงาม

样式二：方领短袖花边上衣，搭配绣花浅色雪纺面料筒裙，且纽扣是固定设计。

รูปแบบที่ ๒ เสื้อคอเหลี่ยมแขนกุด ประดับด้วยลูกไม้ ผ้าถุงจะใช้ผ้าชีฟองสีอ่อนปักลาย และตัวผ้าถุงจะใช้กระดุมในการยึดผ้าไว้

样式三：无领短袖斜襟上衣，搭配传统图案的缎面丝绸筒裙，上衣衣袖、衣边及裙边处皆采用刺绣图案的雪纺面料进行精致装饰。

รูปแบบที่ ๓ เสื้อมีแขนคอเฉียง ใส่กับผ้าไหมซาตินที่ทำเป็นผ้าถุงลายแบบดั้งเดิม แต่แขนเสื้อ ชายเสื้อและชายผ้าถุงจะใช้ผ้าชีฟองที่ปักลวดลายไว้แล้วมาตกแต่ง

现在的傣族服饰色彩斑斓，深浅搭配。日常生活里，大多数人偏爱使用浅色，如孔雀绿、红色、粉红色、浅黄色等。然而，随着旅游业的发展，为了增强舞台效果，吸引游客，傣族的演出服装逐渐转向深色，如深红色、深紫色、深蓝色等。

ปัจจุบัน สีผ้าที่ชนชาติไตสวมใส่มีความหลากหลายมากขึ้น มีทั้งสีอ่อนและสีเข้มปะปนกัน ถ้าในชีวิตประจำวันพวกเขายังคงเลือกใช้สีอ่อนๆ เช่น สีเขียวนกยูง สีแดง สีชมพูและสีเหลืองอ่อนเป็นต้น เนื่องจากการพัฒนาด้านการท่องเที่ยวและเพื่อเพิ่มสีสานผลงานบนเวทีให้ดึงดูดสายตานักท่องเที่ยว ชุดการแสดงจึงเริ่มเลือกใส่สีเข้มๆ เช่น สีแดงเข้ม สีม่วงเข้มและสีน้ำเงินเข้มเป็นต้น

女性的发型随着时代的变迁也在不断演变，展现出多样化的风貌。不论是长发还是短发，女性总能巧妙地将其盘起，或以花朵点缀其间，抑或像从前一样用白色头巾精心包裹。发饰的选择也经历了变革，从最初的鲜花，逐渐演变为精致的假花，其中玫瑰、兰花和占巴花尤受欢迎。在重要的日子、节日及各种仪式场合，多数女性会选择将秀发盘起，并用花朵进行装饰。年长的女性，则偏爱以银簪作为发饰，展现出别样的韵味。

วิวัฒนาการทรงผมของผู้หญิงเป็นไปตามยุคสมัย ซึ่งแสดงให้เห็นถึงสไตล์ที่หลากหลาย ไม่ว่าผมยาวหรือสั้น ล้วนใช้วิธีการรวบมัดผมและประดับด้วยดอกไม้หรือใช้ผ้าขาวคลุมศีรษะไว้เหมือนเดิม แต่ดอกไม้ที่นำมาประดับได้เปลี่ยนจากดอกไม้สดมาเป็นดอกไม้ประดิษฐ์ ซึ่งดอกกุหลาบ ดอกกล้วยไม้และดอกจำปาจะได้รับความนิยมเป็นพิเศษ ในวันสำคัญ เทศกาล และโอกาสทางพิธีกรรมต่างๆ ผู้หญิงส่วนใหญ่ผมจะรวบมัดและตกแต่งด้วยดอกไม้ ส่วนผู้หญิงที่สูงอายุจะชอบใช้ปิ่นเงินปักผม ซึ่งเป็นการแสดงให้เห็นถึงเสน่ห์ที่แตกต่าง

傣族年长男性服饰

การแต่งกายของผู้ชายสูงอายุชนชาติไต

过去，傣族年长男性和年轻男性在服饰上的差异并不明显，主要的区别在于服饰的颜色。年长男性的上衣通常以黑、白、蓝、灰等颜色为主，裤子则多为黑色和白色。现在，年长男性的上衣仍然保留了传统样式，只是变得更加时尚，颜色也更加丰富。至于裤子，则依然保持着原有的样式，流行的颜色仍然是原来的色调。

การแต่งกายของชายสูงอายุในอดีต จะไม่แตกต่างจากวัยหนุ่มมาก จะแตกต่างกันแค่สีของเสื้อผ้าเท่านั้น สีเสื้อส่วนใหญ่ที่พวกเขาสวมใส่จะเป็นโทนสีดำ สีขาว สีน้ำเงินและสีเทา กางเกงจะเป็นสีดำและสีขาว ในปัจจุบัน เสื้อยังคงรักษารูปแบบเดิมไว้ แต่ได้ปรับเปลี่ยนให้ทันสมัยและมีสีหลากหลายมากขึ้น ส่วนกางเกงยังคงเป็นรูปแบบเดิม สีที่นิยมยังคงเป็นสีเดิม

傣族年长女性服饰

การแต่งกายของผู้หญิงสูงอายุชนชาติไต

傣族年长女性的服饰变化并不显著。她们的衣着风格和色彩更加简约大方。上衣通常会选择背心，背心的内衬为白色，外衣则多为长袖紧身或者合身的圆领对襟或斜襟衫，色彩以白色、黑色、蓝色或浅粉红色等纯色为主。下身穿着的筒裙并不太花哨，颜色以无花纹的黑色和深色系为主，如深蓝色。她们腰间佩戴着精美的银腰带，头发则被精致地盘绕在头顶，并使用包头巾或簪子作为装饰。

การแต่งกายของผู้หญิงสูงอายุในอดีตกับปัจจุบันไม่ค่อยมีการเปลี่ยนแปลงมากนัก สไตล์และสีของเสื้อผ้ามีความเรียบง่ายมากขึ้น จะสวมใส่เสื้อกั๊กด้านในเช่นเดียวกัน แต่เสื้อกั๊กด้านในจะเป็นสีขาว จะใส่ทับด้วยเสื้อรัดรูปคอกลมที่มีกระดุมอยู่ตรงกลางหรือทางขวาของหน้าอก แขนจะเป็นแขนยาว สีเสื้อส่วนใหญ่เป็นสีขาว สีดำ สีน้ำเงินหรือสีชมพูอ่อนๆ ส่วนผ้าถุงจะไม่ฉูดฉาดเกินไป ส่วนใหญ่เป็นโทนสีดำหรือสีน้ำเงินเข้มที่ไม่มีลวดลาย และจะประดับด้วยเข็มขัดเงิน ส่วนผมจะรวบมัดขึ้นและใช้ผ้าขาวคลุมหรือใช้ปิ่นปักผมไว้

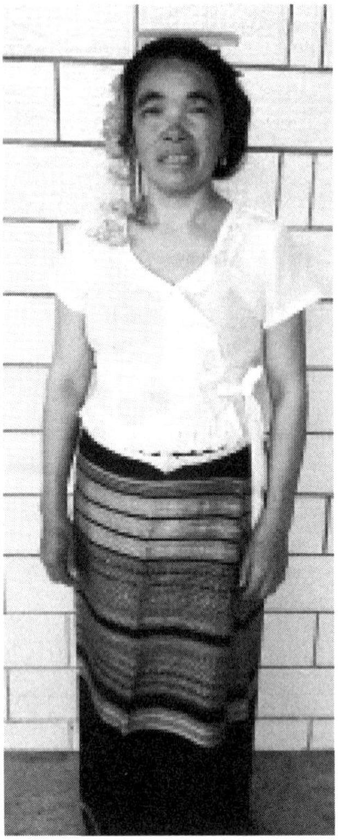

傣族中年女性服饰（刀丽　摄）
การแต่งกายของหญิงวัยกลางชนชาติไต

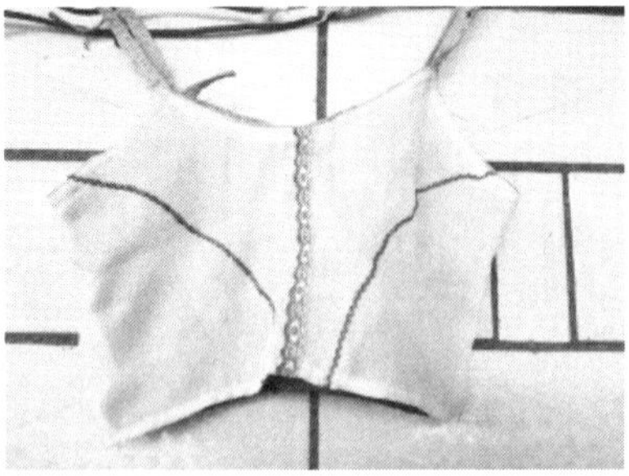

背心（刀丽　摄）
เสื้อกั๊กใส่ด้านใน

傣族年长女性服饰（刀丽　摄）
การแต่งกายผู้หญิงสูงอายุชนชาติไต

傣族女性发型（刀丽　摄）
ทรงผมหญิงชนชาติไต

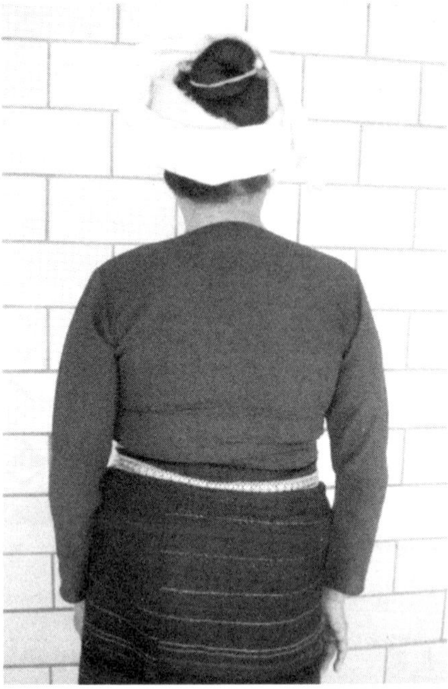

傣族女性用头巾包裹头发（刀丽　摄）
การทำผมแบบมีผ้าคลุมอยู่บนศีรษะของผู้หญิงชนชาติไต

傣族年长男性服饰（刀丽　摄）
การแต่งกายของผู้ชายสูงอายุของชนชาติไต

第三节 傣族服饰制作方法

ตอนที่ ๓ วิธีการผลิตชุดการแต่งกายชนชาติไต

随着经济和科技的不断发展，傣族服饰的生产方式也发生了巨大的变化。现代制衣工具和设备的应用，极大地简化了傣族服饰的生产过程。如今，老式织布机越来越罕见，人们转而采用先进的印花机、织布机和花边机等机械设备。现代工业制衣设备的普及，使得傣族服饰制衣店和制衣公司如雨后春笋般涌现，制衣过程不断简化，生产效率显著提高。

วิธีการผลิตเสื้อผ้าชนชาติไตได้เปลี่ยนแปลงไปอย่างมาก เนื่องจากเศรษฐกิจและเทคโนโลยีที่ก้าวหน้าขึ้น ทำให้มีอุปกรณ์และเครื่องมือที่ทันสมัยมาช่วยในเรื่องกระบวนการผลิต ให้มีความสะดวกมากขึ้น ปัจจุบันหาเครื่องทอผ้าแบบในสมัยก่อนนั้นได้ยากมาก ซึ่งการใช้เครื่องพิมพ์ลาย เครื่องทอผ้า และเครื่องปักลูกไม้ที่ทันสมัยเข้ามาทดแทน ความทันสมัยของอุปกรณ์ผลิตเสื้อผ้าในอุตสาหกรรมสมัยใหม่ ทำให้ร้านขายเสื้อผ้าและบริษัทที่ผลิตเสื้อผ้าชนชาติไตก่อตั้งขึ้นมามากมาย ทำให้ลดขั้นตอนการผลิตลงและประหยัดเวลามากยิ่งขึ้น

过去，傣族人民制作服饰主要依赖手工，从纺线到织布，再到裁剪和缝制，每一道工序都凝结了傣族妇女的智慧和汗水。然而，随着时代的进步和现代科技的发展，傣族开始接受并使用更为便捷和高效的生产方式。比如，居住在城里的傣族人，更倾向于在傣族服饰店直接定制服装，这不仅省去了烦琐的手工制作过程，而且定制的服装更符合现代审美和穿着需求。女性服装价格根据材质不同每套为 350~1000 元不等。

ในอดีต ชนชาติไตผลิตเสื้อผ้าด้วยมือเป็นหลัก ตั้งแต่ขั้นตอนการปั่นด้าย ทอผ้า จนถึงตัดเย็บ ทุกขั้นตอนล้วนสะท้อนให้เห็นถึงภูมิปัญญาและความเหน็ดเหนื่อยของผู้หญิงชนชาติไต แต่เนื่องจากความก้าวหน้าของยุคสมัยและการพัฒนาของเทคโนโลยีสมัยใหม่ ทำให้ชนชาติไตเริ่มยอมรับและใช้วิธีการผลิตเสื้อที่สะดวกและมีประสิทธิภาพเข้ามาใช้ อาทิ ชนชาติไตที่อาศัยอยู่ในเมือง พวกเขาชอบสั่งทำเสื้อผ้าจากร้านเสื้อผ้าชนชาติไตในเมืองมากขึ้น วิธีนี้ไม่เพียงแต่ช่วยลดขั้นตอนการทำด้วยมือที่ยุ่งยากและซับซ้อนเท่านั้น แต่เสื้อผ้าที่สั่งทำเป็นแบบที่ทันสมัยและเหมาะแก่การสวมใส่ ซึ่งราคาของเสื้อผ้าผู้หญิงจะประมาณ ๓๖๐ ถึง ๑,๐๐๐ หยวนต่อชุด ขึ้นอยู่กับวัสดุที่ใช้

村寨里的傣族人，虽然仍然保持着传统的制衣方式，但也在逐渐接受现代科技的便利。他们会在布料店购买制作衣服的材料，回到村寨里请师傅缝制。一个寨子里通常会有 10 个左右缝制衣服的师傅，他们熟练地掌握着缝制技艺，能够制作出精美的服饰。一般缝制一套女性衣服价格在 80~120 元，相对于城里的定制服装来说，价格更为亲民。

ชนชาติไตในหมู่บ้านยังคงรักษาวิธีการผลิตเสื้อแบบดั้งเดิมไว้ แต่พวกเขาก็ได้เริ่มยอมรับความสะดวกสบายจากเทคโนโลยีทันสมัยมากขึ้น พวกเขาจะซื้อวัสดุสำหรับผลิตเสื้อผ้าที่ร้านขายผ้า พอกลับบ้านก็จ้างช่างตัดเย็บเสื้อในหมู่บ้านตัดเสื้อผ้า ซึ่งในหมู่บ้านส่วนใหญ่จะมีช่างตัดเย็บเสื้อผ้าประมาณ ๑๐ คน พวกเขามีฝีมือตัดเย็บเสื้อผ้าที่ยอดเยี่ยมและตัดเย็บเสื้อผ้าได้ประณีต ปกติราคาการตัดเสื้อผ้าสตรีแต่ละชุดจะอยู่ที่ประมาณ ๘๐ ถึง ๑๒๐ หยวน เมื่อเทียบกับเสื้อผ้าสั่งซื้อจากในมืองแล้ว ราคาถูกและสวยงามกว่า

这种转变不仅使傣族服饰的生产方式更加灵活和多样，而且提高了傣族人民的生活质量。傣族人民在保持传统文化的同时，享受到现代科技带来的便利和舒适。这种转变也反映了傣族人民对现代生活的热爱和追求，他们愿意接受新事物，愿意与时俱进，让传统文化与现代生活相融合。

การเปลี่ยนแปลงนี้นอกจากจะทำให้วิถีการผลิตเสื้อผ้าชนชาติไตมีความสะดวก

และรูปแบบที่หลากหลายมากขึ้นแล้ว ยังช่วยยกระดับคุณภาพชีวิตชนชาติไตได้อีกด้วย พวกเขาสามารถรักษาวัฒนธรรมดั้งเดิมไว้ได้ ในขณะเดียวกัน ก็สามารถเพลิดเพลินกับความสะดวกสบายจากเทคโนโลยีที่ทันสมัยได้ การเปลี่ยนแปลงดังกล่าวยังสะท้อนให้เห็นถึงความรักและการแสวงหาชีวิตสมัยใหม่ของชนชาติไต ทำให้เห็นว่าพวกเขายินดีที่จะยอมรับสิ่งใหม่ๆ และเต็มใจที่จะพัฒนาไปข้างหน้าไปตามกาลเวลาที่เปลี่ยนแปลง ทำให้วัฒนธรรมดั้งเดิมสามารถผสมผสานกับชีวิตสมัยใหม่ได้อย่างกลมกลืน

如今傣族服饰文化正面临传承与发展的双重挑战。首先，青少年群体对傣族服饰的认同感相对较低，而中老年群体坚守着这一传统，才能在日常生活和节日庆典中，使傣族服饰得以传承。其次，随着东南亚商品涌入中国市场，傣族服饰受到外来影响，老挝、缅甸和泰国的服饰文化为傣族服饰带来了新的元素，色彩和款式更加丰富。然而，这种变化形成的并非真正的傣族传统服饰，而是融合了多国特点的混合体。为了保护和传承傣族服饰文化，须加强对傣族服饰传统制作工艺的研究和教育，让年轻人了解真正的傣族服饰文化。

ปัจจุบัน วัฒนธรรมการแต่งกายของชนชาติไตกำลังเผชิญกับความท้าทายระหว่างการสืบทอดกับการพัฒนา การยอมรับเรื่องการแต่งกายของกลุ่มวัยรุ่นชนชาติไตค่อนข้างต่ำ แต่คนวัยกลางและผู้สูงอายุได้ยึดถือประเพณีนี้ การแต่งกายชนชาติไตได้สืบทอดต่อกันมาทั้งในการดำเนินชีวิตประจำวันและการเข้าร่วมงานมงคลต่างๆ นอกจากนี้ เมื่อสินค้าในเอเชียตะวันออกเฉียงใต้หลั่งไหลเข้าสู่ตลาดจีน การแต่งกายชนชาติไตก็ได้รับอิทธิพลไปด้วย วัฒนธรรมการแต่งกายของประเทศลาว ประเทศพม่าและประเทศไทย ได้นำสิ่งใหม่ๆ มาให้แก่การแต่งกายชนชาติไต ทั้งรูปแบบและสีสันที่มากขึ้น ซึ่งการเปลี่ยนแปลงที่เกิดขึ้นนี้ ทำให้การแต่งกายของชนชาติไตไม่ใช่การแต่งกายแบบดั้งเดิมอีกต่อไป แต่เป็นการผสมผสานลักษณะการแต่งกายของหลากหลายประเทศ เพื่อเป็นการอนุรักษ์และสืบทอดวัฒนธรรมการแต่งกายชนชาติไต ต้องให้ความสำคัญในการศึกษาและให้ความรู้เกี่ยวกับกระบวนการผลิตการแต่งกายชนชาติไตแบบดั้งหเดิม เพื่อให้เยาวชนได้เรียนรู้วัฒนธรรมการแต่งกายชนชาติไตอย่างแท้จริง

第三章　西双版纳傣族饮食

บทที่ ๓ อาหารการกินของชนชาติไตสิบสองปันนา

饮食文化是傣族的重要文化之一。现如今，傣族饮食越来越受到大家的喜爱。由于社会变化，傣族饮食也融入了其他民族的特色以适应不断变化的社会环境，但仍然保留着傣族特色。

วัฒนธรรมอาหารเป็นวัฒนธรรมอีกอย่างหนึ่งที่มีความสำคัญต่อชนชาติไต ปัจจุบัน อาหารชนชาติไตได้รับความนิยมยิ่งขึ้นเรื่อยๆ เนื่องจากสังคมที่เปลี่ยนแปลงไป จึงส่งผลให้เอกลักษณ์บางอย่างของอาหารชนชาติไตมีการเปลี่ยนแปลงไปบ้าง เนื่องจากมีการนำวัฒนธรรมชนชาติอื่นๆ เข้ามาผสมผสาน เพื่อให้เข้ากับสภาพสังคมที่เปลี่ยนไป แต่เอกลักษณ์บางอย่างก็ยังคงรักษาความเป็นชนชาติไตเอาไว้

第一节　傣族饮食特点
ตอนที่ ๑　ลักษณะทั่วไปของอาหารชนชาติไต

西双版纳位于云南省最南端，气候全年高温多雨。这种炎热潮湿的环境孕育了丰富的自然资源，包括野菜、水生植物、野生动物、鱼类及各类昆虫，如竹虫和蚂蚁卵等。因此，傣族的饮食文化丰富多彩。

สิบสองปันนาตั้งอยู่ทางตอนใต้ของมณฑลยูนนาน มีอุณหภูมิค่อนข้างสูงและฝนตกตลอดทั้งปี จากสภาพอากาศที่ร้อนชื้นจึงทำให้สิบสองปันนาอุดมสมบูรณ์ไปด้วยทรัพยากรธรรมชาติ อาทิ ผักป่า พืชน้ำ สัตว์ป่า ปลา และแมลงประเภทต่างๆ เช่น แมลงไม้ไผ่และไข่มดเป็นต้น ดังนั้น วัฒนธรรมอาหารการกินของชนชาติไตจึงมีความหลากหลาย

西双版纳的傣族人大部分居住在靠近河流的地方，这里雨水丰沛、土地肥沃，用水条件优越，非常适合种植农作物，傣族以种植水稻和其他经济作物为主。因此，西双版纳也被誉为“滇南粮仓”。

เนื่องจากชนชาติไตที่สิบสองปันนาส่วนใหญ่นิยมอาศัยอยู่ที่บริเวณใกล้แม่น้ำ จึงทำให้ดินบริเวณที่อยู่อาศัยอุดมสมบูรณ์ และมีปริมาณน้ำเพียงพอต่อการทำเกษตร ดังนั้น ชนชาติไตในพื้นที่ส่วนใหญ่ทำอาชีพเกษตรกรปลูกข้าวและปลูกพืชเศรษฐกิจต่างๆ เป็นหลัก จึงทำให้เมืองสิบสองปันนา จึงได้ชื่อว่าเป็น “ยุ้งข้าวทางตอนใต้ของยูนนาน”

傣族人以糯米饭为主食，他们擅长用糯米制作各种美食，如竹筒饭和菠萝饭。由于西双版纳的天气湿热，且糯米饭相对难以消化，所以傣族人偏爱“酸”“辣”“苦”味的食物，因为这些食物有助于消化、清热解毒。

อาหารหลักของชนชาติไตคือ “ข้าวเหนียว” พวกเขาได้คิดค้นเมนูที่สามารถนำข้าวเหนียวไปเป็นส่วนประกอบได้อีกด้วย เช่น ทำเป็นข้าวหลามหรือข้าวอบสับปะรด การทานข้าวเหนียว จะทำให้ระบบย่อยอาหารทำงานลำบาก ดังนั้นชนชาติไตจึงชอบกินอาหารที่มีรสชาติเปรี้ยว เผ็ดและขม ซึ่งรสชาติเหล่านี้จะทำให้ระบบย่อยอาหารทำงานได้ดีขึ้น ดับร้อนและล้างพิษได้

以前，傣族人大都以种田为生，出去劳作时就用芭蕉叶包糯米饭和喃咪带到田里或园子里吃，因此，傣族传统饮食中喃咪和辣椒酱是不能缺少的。此外，为了方便用芭蕉叶包饭，傣族人不太喜欢有汤水的食物。

สมัยก่อน ชนชาติไตสวนใหญ่มีอาชีพทำนา เวลาไปทำงานจะใช้ใบตองในการห่อข้าวเหนียวและน้ำพริกไปทานที่นาหรือสวน จึงทำให้น้ำจิ้มผักหรือน้ำพริก เป็นเมหนูที่ขาดไม่ได้ในอาหารดั้งเดิมของชนชาติไต และเพื่อสะดวกในการใช้ใบตองห่อข้าว ดังนั้นจึงไม่นิยมกับข้าวที่เป็นน้ำๆ

然而，随着地理环境的变迁和社会的发展，自然资源逐渐减少，社会形态也由农业社会向工业社会转变。这些变化对傣族人的传统生活习惯产生了深远影响，无论是他们的住房、服饰还是饮食习惯都有所改变。主食方面，传统的糯米饭逐渐被大米饭替代，只有在重要节日时才会食用糯米饭。但如果家中有老人，他们仍然会喜欢吃糯米饭。在菜肴的烹饪方式上，炒制变得非常流行，但口味依然保持着原有的特色，即偏辣、偏酸和偏苦。

เนื่องจากการเปลี่ยนแปลงของสภาพแวดล้อมทางภูมิศาสตร์และการพัฒนาสังคม ทำให้ความอุดมสมบูรณ์ของทรัพยากรธรรมชาติลดลงไปด้วย จากสังคมการเกษตรสู่สังคมอุตสาหกรรม ทำให้วิถีการดำรงชีวิตของชนชาติไตเปลี่ยนแปลงไป ไม่ว่าจะเป็นเรื่องความเป็นอยู่ การแต่งกายหรือเรื่องอาหารการกิน ล้วนได้รับผลกระทบทั้งสิน ในเรื่องอาหารการกิน จากที่เคยทานข้าวเหนียวเป็นหลักก็หันมาทานข้าวสวยกันมากขึ้น และจะทานข้าวเหนียวเฉพาะช่วงงานเทศกาลที่สำคัญๆ เท่านั้น ถ้าบ้านไหนมีผู้สูงอายุก็ยังนิยมทานข้าวเหนียวแบบเดิมๆ ในส่วนวิธีการปรุงอาหารการผัดได้รับความนิยมมาก แต่ก็ยังคงทานรสชาติเผ็ด เปรี้ยวและขมอยู่เหมือนเดิม

第二节　傣族饮食烹饪材料

ตอนที่ ๒　วัตถุดิบที่ใช้ในการปรุงอาหารของชนชาติไต

过去，傣族人用来烹饪的食材大部分源于自然和家庭种植，如江河中的鱼和青苔。召勐规定，每年 12 月到次年 3 月，允许各家各户到江河里捕鱼。至于牛肉和猪肉，只有在重要节日时才能享用。傣族家庭普遍饲养鸭子和鸡，但这些家禽并非为了自家食用，而是用来交换调味用的盐巴。在烹饪方式上，傣族菜肴多采用腌制后烧烤的方式，很少用油。

สมัยก่อน วัตถุดิบในการปรุงอาหารของชนชาติไตส่วนใหญ่จะมาจากธรรมชาติ

และปลูกในครัวเรือน เช่น ปลาและสาหร่าย ซึ่งหาได้จากแม่น้ำ โดยเจ้าเมืองจะเป็นผู้กำหนดช่วงเวลาจับปลาให้ ซึ่งจะอยู่ในช่วงเดือนธันวาคมถึงเดือนมีนาคม ส่วนเนื้อวัวและเนื้อหมูมักจะทานกันเฉพาะในช่วงเทศกาลสำคัญๆ เท่านั้น ครอบครัวชนชาติไตจะเลี้ยงเป็ดเลี้ยงไก่ไว้ แต่ไม่ได้เลี้ยงไว้ทานเอง จะเลี้ยงไว้เพื่อนำไปแลกเกลือมาใช้ปรุงอาหาร อาหารชนชาติไตในอดีตส่วนใหญ่จะไม่ค่อยใช้น้ำมัน แต่จะใช้เกลือทาแล้วนำไปปิ้งหรือย่างแทน

傣族人的传统主食是糯米饭，每个家庭都拥有自己的糯米田，人均拥有田地 2.4 亩。在日常生活中，傣族人几乎每天都离不开糯米饭，他们认为如果一天不吃，就会感到体力不支，难以劳作。在傣族人的传统观念中，只有困难的家庭才会吃不上糯米饭，而富裕的家庭能常年享用。尽管现在大部分傣族人已经把大米饭作为主食，但糯米饭并未完全从他们的餐桌上消失。许多傣族家庭仍然会在特定的节日或活动中食用糯米饭。如今，居住在城里的傣族人，由于无法耕种，所以需要从集市上购买大米和糯米。在价格上，糯米每千克为 6~7 元，而大米相对便宜一些，每千克为 4~6 元，具体价格还会因品种的不同而有所差异。

อาหารหลักเดิมของชนชาติไตคือ ข้าวเหนียว ดังนั้น ทุกครัวเรือนจะแบ่งเนื้อที่ไว้ประมาณ ๑ ไร่ เพื่อทำการปลูกข้าวเหนียว ชนชาติไตในสมัยก่อนจะต้องกินข้าวเหนียวทุกวัน เพราะถ้าวันไหนไม่ได้กินข้าวเหนียว จะทำให้รู้สึกว่าไม่มีแรงทำงาน พวกเขาเลยมีความคิดว่าบ้านที่ฐานะดีจะมีข้าวเหนียวทานตลอดปี และบ้านไหนยากจนจะไม่มีข้าวเหนียวทาน ปัจจุบัน ชนชาติไตส่วนใหญ่จะบริโภคข้าวสวยเป็นหลัก แต่ข้าวเหนียวไม่ได้หายตัวจากโต๊ะอาหารของชนชาติไต ยังมีครอบครัวมากมายของชนชาติไตยังทานข้าวเหนียวในงานเทศกาลหรืองานประเพณีต่างๆ ปัจจุบัน ชนชาติไตที่อาศัยอยู่ในเมืองไม่ได้ทำนาเหมือนในอดีต ดังนั้น ข้าวเหนียวและข้าวสารที่บริโภคในครัวเรือนจะมาจากการซื้อหาในตลาด ราคาข้าวเหนียวอยู่ที่ประมาณกิโลกรัมละ ๓๐ ถึง ๓๕ บาท ราคาข้าวสารจะถูกกว่าหน่อย อยู่ที่กิโลกรัมละ ๒๐ ถึง ๓๐ บาท ขึ้นอยู่กับพันธุ์ของข้าว

傣族人食用的蔬菜多为野生，召勐会为每个村寨划分山林和河流区域，让他们在本村寨划分的区域内寻找食材。山林中的食材种类繁多，竹笋尤为突出。因此，竹笋成为傣族人烹饪的主要原料，常见的菜肴有煮苦笋、烤甜笋、水煮甜笋、酸笋煮鱼、酸笋煮田螺、牛干巴酸鱼等。此外，傣族人还食用其他种类的野菜，如魔芋、臭菜、野生芹菜和苦凉菜等。其中，苦凉菜是西双版纳特有的草药，具有治疗咽喉痛和降火的功效。

ส่วนพืชผักที่ทานส่วนมากได้จากป่า เพราะในอดีตเจ้าเมืองจะแบ่งพื้นที่ป่าและช่วงของแม่น้ำให้กับแต่ละหมู่บ้าน ดังนั้น ชนชาติไตในแต่ละหมู่บ้านสามารถเข้าไปหาวัตถุดิบที่ใช้ปรุงอาหารในเขตของตนได้ ในป่ามีทรัพยากรอาหารมากมาย โดยเฉพาะหน่อไม้ที่มีอยู่เป็นจำนวนมาก ดังนั้น อาหารของชนชาติไต มักจะนำหน่อไม้มาเป็นวัตถุดิบหลักในการประกอบอาหาร เช่นต้มหน่อไม้ขม ย่างหน่อไม้หวาน ต้มหน่อไม้หวาน หน่อไม้ดองต้มปลา หน่อไม้ดองต้มหอยนา หน่อไม้ดองต้มเนื้อวัวแห้งเป็นต้น นอกจากนี้ยังมีผักป่าชนิดอื่นๆ อีก เช่น บุก ชะอม ขึ้นฉ่ายป่าและผักเย็นขมเป็นต้น ผักเย็นขมเป็นสมุนไพรที่มีเฉพาะในจังหวัดสิบสองปันนา มีสรรพคุณเป็นยาแก้เจ็บคอและแก้ร้อนในด้วย

同时，山林里的果实类和花类食材也相当丰富。果实类食材包括苦子果（水茄）、木瓜榕（大无花果）等。花类食材有野生芭蕉花、鸡蛋花、白花，以及傣族人用来为米饭着色的密蒙花（也称“染饭花”）。此外，傣族人还使用一些藻类和藓类食材。他们喜欢将青苔做成一片一片的，蒸或烤制后当作零食享用。

นอกจากนี้ ในป่ายังอุดมไปด้วยผักป่าชนิดทานผลและทานดอก ชนิดทานผล ได้แก่ มะเขือพวง มะเดื่อเป็นต้น ชนิดทานดอกได้แก่ ปลีกล้วยป่า ดอกจำปา ดอกขาวและเมอราญา หรือ “ดอกย้อมข้าว” ส่วนประเภทสาหร่ายน้ำและมอส ชนชาติไตมักนิยมนำสาหร่ายน้ำมาทำเป็นแผ่นๆ แล้วนำเอาไปนึ่งหรือย่างทานเป็นอาหารว่าง

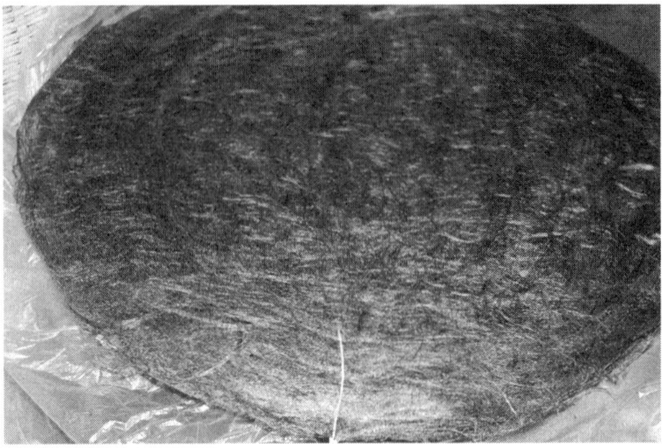

青苔（玉窝的　摄）
สาหร่ายน้ำ

西双版纳的水果琳琅满目，有菠萝、香蕉、橘子、柚子、杧果、木瓜和波罗蜜等，这些水果不仅可以直接食用，还能加工成各种美食。和以往家庭种植或野生采摘不同，现在这些水果大多可以从市场购买，家庭种植已不再普遍。

ส่วนผลไม้ในสิบสองปันนามีหลายชนิด เช่น สับปะรด กล้วย ส้ม ส้มโอ มะม่วง มะละกอและขนุนเป็นต้น ผลไม้เหล่านี้สามารถทานได้ทั้งสุกและดิบ หรือนำไปแปรรูปได้ ซึ่งสมัยก่อนผลไม้เหล่านี้ ชนชาติไตจะปลูกหรือหามาจากในป่า ปัจจุบันผลไม้เหล่านี้ส่วนใหญ่จะหาซื้อจากตลาด ไม่ได้ปลูกเองเหมือนแต่ก่อน

谈及肉类食材，傣族人过去多依赖自然获取。水生动物（如鱼类），通常从澜沧江和田地中捕捞。但为了保护鱼类资源，每年 9 月至 12 月为禁渔期，其间禁止捕鱼，以确保鱼类的繁殖。此外，野生昆虫也是他们的食物来源之一，如蚂蚁卵、蜜蜂、竹虫和花蜘蛛等。家禽家畜方面，傣族家庭通常养有牛、猪和鸡。牛主要用于农耕，而猪则用于增加家庭收入或在重要日子（如传统仪式、村落庆典和婚礼）时食用。相比之下，猪肉在日常饮食中出现的频率较高。在傣族文化中，牛肉被视为特别且珍贵的食物。至于鸡，每家养的数量不等，通常为 2~10 只，主要在喜庆或特殊场合（如孩子出生、乔迁等）时宰杀食用。如今，傣族人已不像过去那样饲养家禽，想吃什么都可以在市场中买到。

ถ้าพูดถึงเนื้อสัตว์ สมัยก่อนเนื้อสัตว์ส่วนมากจะหาได้จากธรรมชาติ ถ้าเป็นพวกสัตว์น้ำ เช่น ปลา ชนชาติไตมักจะไปหาจากแม่น้ำหรือตามที่นา หากหาจากแม่น้ำจะมีการกำหนดระยะเวลาในการหาปลาไว้ ช่วงเดือนกันยายนถึงเดือนธันวาคมจะห้ามจับปลา เพราะเป็นช่วงฤดูวางไข่ เพื่อเป็นการอนุรักษ์และไม่ให้ปลาสูญพันธุ์ จำพวกแมลงก็เป็นที่มาของอาหารชนชาติไตเช่นกัน เช่น ไข่มดผึ้ง แมลงไม้ไผ่และแมงมุมลาย จะหาได้จากป่า ส่วนสัตว์ที่มักจะเลี้ยงไว้ในบ้านได้แก่ วัว หมูและไก่ ซึ่งวัวจะเลี้ยงไว้เพื่อใช้แรงงาน หมูจะเลี้ยงไว้ขายเพื่อหารายได้ให้กับครอบครัว และเลี้ยงไว้ทานเมื่อถึงวันสำคัญต่างๆ เช่น งานบุญประเพณี เทศหกาลประจำปีของหมู่บ้านหรืองานแต่งงาน เนื้อหมูจะทานบ่อยกว่าเนื้อวัว ดังนั้น เนื้อวัวจึงเป็นอาหารที่พิเศษที่สุดสำหรับชนชาติไตในสมัยนั้น ส่วนไก่ในแต่ละบ้านจะเลี้ยงในจำนวนที่ไม่เท่ากัน บางครัวเรือนอาจจะเลี้ยง ๒ ถึง ๑๐ ตัว แต่จะไม่ได้ทานบ่อยเช่นกัน จะทานแค่ในวันที่มีงานบุญหรือวันพิเศษต่างๆ เช่น บ้านที่มีคนคลอดลูก หรือขึ้นบ้านใหม่เท่านั้น ปัจจุบัน ชนชาติไตไม่ได้เลี้ยงสัตว์ไว้ในบ้านเหมือนสมัยก่อน อยากกินอะไรก็หาซื้อได้จากตลาด

第三节　傣族饮食烹饪工具

ตอนที่ ๓　เครื่องครัวและอุปกรณ์ที่ใช้ในการปรุงอาหารของชนชาติไต

以前，傣族传统的烹饪工具非常有限，基本每家使用的都是村里自己制作的陶锅。每户人家都会有 5~8 个尺寸各不相同的陶锅，用于蒸糯米饭和煮汤。蒸好的糯米饭会被放入用竹根精心制作的饭罐中，竹根饭罐是用大竹根制作而成，将竹根内部掏空，做成竹罐，再用竹根做个盖子，竹罐两边打孔制作两个耳朵串联起来，方便悬挂。

ในอดีต อุปกรณ์ที่ใช้ในการการปรุงอาหารของชนชาติไตมีจำนวนจำกัด ส่วนมากทุกครอบครัวจะใช้หม้อดินเผาที่ทำกันเองในหมู่บ้าน แต่ละครัวเรือนจะมีหม้อดินเผาหลังละ ๕ ถึง ๘ ใบ ซึ่งมีหลายขนาด ชนชาติไตจะใช้หม้อดินเผาในการนึ่งข้าวเหนียวและต้มน้ำซุปต่างๆ ส่วนข้าวเหนียวที่นึ่งสุกแล้วจะใส่กล่องข้าวที่ทำจากรากไม้ไผ่ต้นใหญ่ การทำกล่องข้าวจากไม้ไผ่จะทำโดยการขุดรากไม้ไผ่ออกให้หมด แล้วทำฝาปิด ซึ่งฝาปิดก็ทำมาจากไม้ไผ่ ข้างๆ กล่องข้าวจะเจาะรูไว้ ๒ รูเพื่อร้อยเชือกไว้แขวนในสถานที่ต่างๆ

盛放糯米的竹罐（刀丽 摄）

กล่องไม้ไผ่ที่ใส่ข้าวเหนียว

芭蕉叶是傣族传统的餐具，食用糯米饭时用芭蕉叶代替碗。芭蕉叶除用来包饭，还用来包裹上猪肉、牛肉、蔬菜后蒸煮等。舂臼也是傣族家庭中不可或缺的工具，舂臼是木制的，舂臼杵也是木制的。

ใบตองเป็นอุปกรณ์ทานข้าวของชนชาติไตในสมัยก่อน ซึ่งจะใช้ใบตองในการห่อข้าวทานแทนการใช้ถ้วย ใบตองนอกจากจะใช้ห่อข้าวแล้วยังใช้ห่อหมู เนื้อและผัก เพื่อนำไปนึ่งเป็นอาหารได้อีกด้วย ครกเป็นอุปกรณ์ทำอาหารที่ชนชาติไตขาดไม่ได้ ซึ่งทำมาจากไม้ ส่วนสากก็ทำมาจากไม้เช่นกัน

1970 年前后，锅开始在西双版纳的傣族区域普及，傣族人开始使用锅进行食物烹饪。大多数傣族美食是烧烤出来的，做饭的炉子叫三脚架，每个家庭必备，且多数家庭使用柴火作为燃料。

เมื่อประมาณปี ค.ศ ๑๙๗๐ เริ่มมีกระทะเข้ามาขาย ทำให้ชนชาติไตเริ่มมีการใช้กระทะทำกับข้าวมากขึ้น แต่อาหารชนชาติไตส่วนใหญ่มาจากวิธีการปิ้งย่าง ดังนั้น เตาจึงเป็นอุปกรณ์ทำอาหารที่สำคัญของชนชาติไต เตาที่ใช้จะเรียกว่า “เตาสามขา” ซึ่งมีอยู่ในทุกครอบครัวของชนชาติไต และครอบครัวส่วนใหญ่จะใช้ฟืนเป็นเชื้อเพลิงในการหุงต้ม

随着现代厨具的多样化，大多数傣族家庭开始使用电饭锅、热水壶、炖锅、炒锅、电磁炉、烤架、料理机和微波炉等电器，不再需要生火做饭。这种转变不仅节省了时间，还保护了环境，同时使室内更加美观。现在傣族家庭普遍使用电磁炉和燃气灶，很少再使用柴火。餐具也从传统的竹根饭罐和芭蕉叶变为盘子、碗、勺子和筷子。

ปัจจุบัน อุปกรณ์ในการปรุงอาหารของชนชาติไตมีมากมายหลากหลาย ส่วนใหญ่จะเป็นเครื่องใช้ไฟฟ้า เช่น หม้อหุงข้าวไฟฟ้า กระติกน้ำร้อน หม้อต้ม กระทะ เตาไฟฟ้า เตาปิ้งย่าง เครื่องปั่นและไมโครเวฟเป็นต้น ไม่จำเป็นต้องใช้ไม้ฟืนมาทำอาหาร เพื่อเป็นการประหยัดเวลา รักษาสิ่งแวดล้อมและความสะอาดภายในบ้านด้วย ผู้คนจึงใช้ไฟฟ้าหรือเตาแก๊สในการทำกับข้าวกันมากขึ้น อุปกรณ์ในการใส่อาหารและอุปกรณ์ในการทานอาหารก็เปลี่ยนไปเช่นกัน จากใช้ใบตองหรือถ้วยดินเผา เปลี่ยนมาใช้จาน ชาม ช้อนและตะเกียบแทน

尽管现代厨具的普及改变了傣族人的烹饪方式，但舂臼仍然是他们一直沿用的厨具之一。因为傣族人喜欢吃舂出来的食物，所以家家户户都有舂臼。但制作舂臼的材料也在不断变化，有石头、陶、木头的等。

แม้การใช้เครื่องครัวสมัยใหม่ได้เปลี่ยนวิธีการปรุงอาหารของชนชาติไตไป แต่มีอย่างหนึ่งที่ไม่เปลี่ยนคือ ยังใช้ครกในการทำอาหารอยู่เหมือนเดิม เนื่องจากชนชาติไตชอบทานอาหารประเภทตำ ดังนั้น ทุกครอบครัวยังคงมีครกไว้ในบ้าน แต่วัสดุที่ใช้ทำครกมีความหลากหลายมากขึ้น มีทั้งครกหิน ครกดินเผาและครกไม้

第四节　傣族饮食烹饪方式

ตอนที่ ๔　วิธีที่ใช้ในการปรุงอาหารของชนชาติไต

传统的傣族饮食中，调味品相对简单，主要依赖盐来调味。盐对傣族人来说非常珍贵，他们需要到市场与商贩交换，有时也可以从山上找到。傣族人将从山上获取的盐称为“葛贯”[①]，这是一种块状盐，需要自己舂碎成适合烹饪的颗粒盐。除此之外，他们还种植多种用于调味增香的调料，如香菜、葱、柠檬草和辣椒等。傣族人一直使用红糖作为甜味来源，因为他们家家户户都种植甘蔗，并擅长用甘蔗制糖。

อาหารชนชาติไตในสมัยก่อนนั้น มีเครื่องปรุงรสน้อยมาก ใช้เกลือเป็นหลักในการปรุงรส ซึ่งเกลือที่นำมาปรุงอาหารส่วนใหญ่มาจากการนำข้าวไปแลกจากพ่อค้าแม่ค้าในตลาด และบางครั้งก็หามาจากบนภูเขา ชนชาติไตเรียกเกลือที่หามาจากบนภูเขาว่า “เกลือก้อน” เป็นเกลือที่เป็นก้อนใหญ่ ต้องนำมาตำก่อน เพื่อให้ได้เม็ดเกลือที่เหมาะสำหรับใช้ในการปรุงอาหาร นอกจากนั้นชนชาติไตยังใช้พืชผักในการแต่งกลิ่น เช่น ผักชี ต้นหอม ตะไคร้และพริก ชนชาติไตปลูกไว้เอง ส่วนน้ำตาล นับตั้งแต่อดีตจนถึงปัจจุบันชนชาติไตจะบริโภคน้ำตาลแดง เพราะแต่ละบ้านจะปลูกอ้อยไว้ ดังนั้นจะมีความชำนาญในการทำน้ำตาลจากอ้อย

过去，傣族人的烹饪方式相对有限，主要依赖简单易操作的烧烤、蒸、煮、凉拌和舂等方法，既简单又省时。随着社会的快速发展，傣族人在保持传统烹饪方式的同时，增加了炸和炒两种方法。这既适应了当今快

① “葛贯”是傣语，为坨盐的意思。“葛”为盐的意思，“贯”为块状的意思。

节奏的生活方式，也体现了傣族人对更现代化烹饪器具的运用。

การปรุงอาหารของชนชาติไตในสมัยก่อนจะมีไม่กี่วิธี จะมีแค่ปิ้ง ย่าง นึ่ง ต้มยำและตำ ซึ่งเป็นวิธีการปรุงอาหารที่ง่าย ๆ ไม่ยุ่งยากและใช้เวลาน้อย ปัจจุบัน วิธีการปรุงอาหารส่วนใหญ่ก็ยังคงเหมือนเดิม แต่จะเพิ่มการทอดและการผัดเข้ามา เพราะให้เหมาะสมกับสังคมในยุคปัจจุบันที่เร่งรีบ เป็นการแสดงให้เห็นถึงการใช้อุปกรณ์ในการปรุงอาหารที่ทันสมัยของชนชาติไต

“烤”是一种简单的烹饪方式，是傣族人自古以来的传统烹饪方式。常见的烤制菜有香茅草烤鸡、香茅草烤鱼、烤猪颈肉、烤牛肉等。

การปิ้งย่าง เป็นวิธีการปรุงอาหารง่ายๆ เป็นวิธีการปรุงอาหารที่ได้รับความนิยมจากชนชาติไตนับตั้งแต่อดีต และปัจจุบัน เมนูปิ้งย่างที่พบเห็นได้บ่อย ได้แก่ ไก่ย่าง ปลาย่าง คอหมูย่างและเนื้อย่างเป็นต้น

傣族烤鱼（玉窝的　摄）
ปลาปิ้งย่างของชนชาติไต

“蒸”也是傣族人常用的一种烹饪方式，食材通常被用芭蕉叶包裹后上锅蒸熟。常见的蒸菜有蒸猪肉、蒸牛肉、蒸鱼和蒸鸡肉等。

การนึ่ง เป็นวิธีการปรุงอาหารอีกวิธีหนึ่งที่นิยมทำกัน ส่วนใหญ่จะใช้ใบตองมาห่ออาหารแล้วนำเอาไปนึ่งให้สุก เมนูนึ่งที่พบบ่อย ได้แก่ หมูนึ่ง เนื้อวัวนึ่ง

ปลานึ่งและไก่นึ่งเป็นต้น

蒸鱼（玉窝的 摄）
การนึ่งปลา

“煮”是傣族人在陶锅中烹饪食物的方法，其中杂菜汤、酸笋煮鸡和酸笋煮鱼等菜肴备受欢迎。

การต้ม เป็นวิธีการปรุงอาหารในหม้อดินเผาของชนชาติไต เมนูที่ทำบ่อยและได้รับความนิยมในปัจจุบันได้แก่ ซุปผักรวม หน่อไม้ดองแกงไก่และหน่อไม้ดองแกงปลาเป็นต้น

“凉拌”也是傣族人常用的烹饪方式之一，以辣椒、盐和柠檬调味，味道酸爽可口，如凉拌木瓜、凉拌茄子、凉拌鸡和凉拌牛皮等，都是人们喜爱的佳肴。

การยำ เป็นหนึ่งในวิธีการปรุงอาหารที่ชนชาติไตนิยมเหมือนกัน เป็นการนำอาหารมาปรุงรสด้วยพริก เกลือและมะนาว อาหารจะมีรสเปรี้ยว อาหารที่ขึ้นชื่อและเป็นที่นิยมของชนชาติไตยังคงเป็นยำมะละกอ ยำมะเขือ ยำชิ้นไก่และยำ

หนังวัวเป็นต้น

“剁生”是傣族人独特的烹饪方式，以前只在过节或重大活动时才能使用。剁生牛肉是傣族剁生的主要代表之一，制作时需要男性操刀，将牛肉剁碎后加入辣椒、盐、烤米、葱和香菜调味。除了剁生牛肉，剁生鱼肉也备受欢迎，其制作方法与剁生牛肉相同。如今，剁生牛肉和剁生鱼肉很少生吃，剁生完成后大多煮熟后食用。

การทำลาบ เป็นวิธีการปรุงอาหารที่เป็นเอกลักษณ์ของชนชาติไต เมื่อก่อนลาบเป็นอาหารพิเศษที่สามารถรับประทานได้เฉพาะในช่วงวันสำคัญเท่านั้น การทำลาบของชนชาติไตส่วนใหญ่จะเป็น “ลาบเนื้อ” วิธีการทำลาบเนื้อ ผู้ที่มีหน้าที่สับเนื้อจะต้องเป็นผู้ชายเท่านั้น การทำลาบต้องสับเนื้อวัวให้ละเอียด หลังจากนั้นปรุงรสด้วยพริก เกลือ ข้าวคั่ว แล้วใส่ต้นหอมและผักชี นอกจากลาบเนื้อแล้ว ลาบปลาก็ได้รับความนิยมเหมือนกัน และมีวิธีทำเช่นเดียวกับการทำลาบเนื้อ ปัจจุบันทั้งลาบเนื้อและลาบปลาไม่ค่อยทานดิบ ส่วนใหญ่จะนำไปต้มหรือปรุงให้สุกก่อน

制作剁生（玉窝的　摄）

การทำลาบ

剁生（玉窝的　摄）

ลาบ

在当今傣族社会中，“炸与炒”扮演着举足轻重的角色，这是因为它们为食物制作提供了快速而高效的烹饪方式。炸青苔作为备受欢迎的佳肴，其制作过程为将油炸过的青苔捣碎，再加入盐、酱油、洋葱、大蒜等调料，最终与糯米一同食用。而炸牛皮是将牛皮经过烤制、蒸煮、晒干后，再油炸至金黄酥脆，是深受人们喜爱的美味佳肴。

ในสังคมชนชาติไตปัจจุบัน อาหารประเภททอดและผัดเข้ามามีบทบาทอย่างมาก เพราะทั้งทอดและผัดเป็นวิธีปรุงอาหารที่ง่ายและรวดเร็ว อาหารประเภททอดที่ได้รับความนิยมของชนชาติไตคือ “ทอดสาหร่าย” วิธีทอดสาหร่ายคือ จะนำสาหร่ายที่ทอดแล้วมาตำให้ละเอียดปรุงรสด้วย เกลือ ซีอิ๊ว ต้นหอมและกระเทียม ทานคู่กับข้าวเหนียว การทอดหนังวัวก็เป็นอาหารที่นิยมอีกชนิดหนึ่ง จะนำหนังวัวไปย่างก่อน ถึงจะนำไปนึ่ง เสร็จแล้วนำไปตากแห้งแล้วนำไปทอดจนเหลืองกรอบ

为了长期保存食物，傣族人采用腌制、风干、烘烤及制作成喃咪等多种食物加工和储存方式。

腌制是傣族传统的食物加工和储存方式。以腌笋为例，西双版纳丰富的竹资源使得竹笋在 7～10 月的雨季中大量涌现。傣族人喜欢将竹笋去皮、切块后加盐腌制一段时间后，使其转化为酸笋，味道较酸，多用于烹饪食物。除了竹笋，傣族人还会腌制各种蔬菜和水果，如腌酸菜、腌杧果、腌橄榄等。此外，一些傣族家庭还会腌制牛皮、牛腱和猪腿等肉类。

เพื่อให้อาหารเก็บไว้ได้นาน ชนชาติไตมีวิธีการถนอมอาหาร ได้แก่ วิธีการดอง การตากแห้ง การย่าง และการทำน้ำหมี (คือน้ำจิ้มผัก) เป็นต้น

"การดอง" เป็นวิธีดั้งเดิมที่ชนชาติไตใช้ในการแปรรูปอาหารและเก็บอาหาร อาหารที่ทำเป็นประจำคือ หน่อไม้ดอง เนื่องจากที่สิบสองปันนามีต้นไผ่จำนวนมาก ดังนั้น เมื่อถึงฤดูฝน ในช่วงเดือนกรกฎาคมถึงเดือนตุลาคม จะมีหน่อไม้มากมาย ชนชาติไตจึงนิยมนำมาทำหน่อไม้ดอง วิธีการทำหน่อไม้ดอง จะนำหน่อไม้มาปอกเปือก สับเป็นชิ้นเล็กๆ แล้วนำไปหมักกับเกลือ ซึ่งหน่อไม้ดองจะมีรสชาติเปรี้ยว ส่วนใหญ่จะนำมาปรุงอาหาร นอกจากหน่อไม้แล้ว ยังมีการนำผักและผลไม้มาดองด้วย เช่น ผักกาดดอง มะม่วงดอง มะยมดอง บางครอบครัวก็ยังนำหนังวัว เอ็นวัวและขาหมูมาดองด้วยเช่นกัน

风干也是长期保存食物的一种方法，如我们常见的鱼干、牛肉干、猪肉干及青苔干片等。

烘烤是常用的食物存储方式，也是一种备受欢迎的食物存储方式，例如烤鱼和烤青苔等。此外，傣族人拥有一种独特的食物存储方法，那就是制作成"喃咪"。其制作流程独特，是先将食材煮至烂糊，再经过风干处理，食用时再次烹煮，捣烂并调味。在傣语中，"喃咪"意为"蘸水"，其是傣族人日常生活中不可或缺的一道菜。

การตากแห้ง ก็เป็นอีกวิธีหนึ่งในการถนอมอาหาร อาหารที่นำมาตากแห้ง ได้แก่ ปลาแห้ง เนื้อวัวแห้ง เนื้อหมูแห้งและสาหร่ายแห้งเป็นต้น

นอกจากนี้ ยังมีการย่าง ซึ่งเป็นวิธีการถนอมอาหารที่ใช้ประจำเช่น การทำปลาย่างและสาหร่ายย่างเป็นต้น และวิธีการถนอมอาหารอีกอย่างหนึ่งที่เป็นเอกลักษณ์ของชนชาติไตคือ "การทำน้ำหมี" เป็นการนำผักไปต้มให้เปื่อย แล้วนำไปตากแห้ง เก็บไว้เวลาที่จะรับประทานก็จะนำออกมาต้มอีกครั้ง แล้วนำมาตำและปรุงรส น้ำหมีเป็นภาษาชนชาติไต หมายถึง "น้ำจิ้ม" ซึ่งน้ำหมีเป็นอาหารที่ขาดไม่ได้ใน

ชีวิตประจำวันของชนชาติไต

过去，傣族人的烹饪多为家庭烹饪，且多数家庭厨师是女性，可能是母亲或女儿。而男性则负责从森林或河流中寻找各种食材，如蔬菜、虾、贝、螃蟹、鱼等。

สมัยก่อน การทำอาหารของชนชาติไตจะนิยมทำเพื่อทานกันในครอบครัวเท่านั้น ผู้ที่ทำหน้าที่ปรุงอาหารสำหรับทุกคนในครอบครัวส่วนใหญ่จะเป็นผู้หญิงซึ่งอาจจะเป็นแม่กับลูกสาว ที่ทำหน้าที่เป็นคนทำอาหาร ส่วนผู้ชายจะเป็นผู้หาวัตถุดิบจากในป่าหรือในแม่น้ำ เช่น ผัก กุ้ง หอย ปู ปลาเป็นต้น

现在，尽管傣族人的烹饪方式依然以家庭烹饪为主，厨师依然以女性居多，但在有客人来访或重要节日时，男性通常会担起下厨的责任。此外，随着生活方式的改变，有的家庭也会选择从饭店购买食物，或者外出就餐。

ในปัจจุบัน การปรุงอาหารของชนชาติไตยังคงเน้นการปรุงอาหารแบบครอบครัว และผู้ที่ทำหน้าที่ปรุงอาหารก็เป็นผู้หญิงเหมือนเดิม แต่เมื่อมีแขกมาที่บ้านหรือเมื่อถึงเทศกาลที่สำคัญ ผู้ปรุงอาหารมักจะเป็นผู้ชาย เนื่องจากวิถีชีวิตที่เปลี่ยนแปลงไป ทำให้บางครอบครัวนิยมหาซื้อหรือออกไปทานอาหารนอกบ้านกันมากขึ้น

4

第四章　西双版纳傣族民居

บทที่ ๔ ที่อยู่อาศัยของชนชาติไตสิบสองปันนา

傣族民居，因其独特的建筑风格和深厚的文化内涵，构成了傣族特有的建筑文化。这种建筑风格深受自然环境和社会历史的影响，形成了干栏式建筑的特色形式。随着社会的演进，傣族的民居样式已与传统有所不同，传统的民居建筑逐渐被现代化建筑所取代。这种变迁体现在民居的平面图、主要材料、建造方法，以及改变民居用途以适应社会发展等多个方面。然而，尽管经历了这些变化，傣族民居仍然坚守着传统的建房理念。在本章中，笔者将逐一探讨傣族民居的特点、修建材料、设计与用途、修建方式及相关仪式等内容。

ที่อยู่อาศัยของชนชาติไตมีรูปแบบสถาปัตยกรรมที่เป็นเอกลักษณ์ และมีความหมายแฝงทางวัฒนธรรมอย่างลึกซึ้ง จนกลายเป็นวัฒนธรรมสถาปัตยกรรมอันเป็นเอกลักษณ์ของชนชาติไต รูปแบบสถาปัตยกรรมนี้ได้รับอิทธิพลมาจากสภาพแวดล้อมทางธรรมชาติและประวัติศาสตร์ทางสังคม จนได้กลายมาเป็นบ้านใต้ถุนสูงที่เป็นเอกลักษณ์ในแบบของชนชาติไต แต่เนื่องการพัฒนาของสังคม ทำให้แบบบ้านได้มีการเปลี่ยนแปลงไปจากอดีต แบบบ้านหลายอย่างถูกแทนที่ด้วยสถาปัตยกรรมแบบสากล ไม่ว่าจะเป็นแปลนบ้าน วัสดุหลักที่ใช้ วิธีการสร้างรวมทั้งการใช้ประโยชน์จากบ้าน เพื่อให้สอดคล้องกับสภาพปัจจุบันมากขึ้น แต่ก็ยังคงรักษาแนวคิดในการสร้างบ้านแบบดั้งเดิมอยู่ ในเรื่องที่อยู่อาศัยนี้ ผู้เขียนจะกล่าวถึงลักษณะการตั้งบ้านเรือน วัสดุ แบบแปลนบ้านและการใช้ประโยชน์บ้านเรือน วิธีการสร้างบ้านเรือน และพิธีการเกี่ยวกับการสร้างบ้านเรือนของชนชาติไต

第一节　傣族民居特点

ตอนที่ ๑　ลักษณะการตั้งบ้านเรือนของชนชาติไต

李京在《云南志略》中说道："金齿百夷，风土下湿上热，多起竹楼，居濒江，一日十浴。"这反映出傣族是一个与水息息相关的民族，他们日常生活和工作与水密切相关。傣族人自古从事农业种植，尤其是种植水稻，在整个种植过程中，水是不可或缺的。因此，傣族人自古傍水而居。

บันทึกความในหนังสือพงศาวดารยูนนานของหลี่จิงกล่าวไว้ว่าป่ายหยีที่มีฟันทอง มีอากาศที่ร้อน พื้นดินที่เปียกชื้น ชอบสร้างบ้านไม้ไผ่ใต้ถุนสูง ชอบอาศัยอยู่ริมแม่น้ำ วันหนึ่งอาบน้ำสิบครั้ง ซึ่งข้อความที่กล่าวมานี้ ได้แสดงให้เห็นว่าชนชาติไตเป็นชนเผ่าที่มีความผูกพันกับน้ำเป็นอย่างมาก ทั้งการดำเนินชีวิตและการประกอบอาชีพ ล้วนมีความเกี่ยวข้องกับน้ำทั้งสิ้น ชนชาติไตส่วนใหญ่มีอาชีพเกษตรกรรมซึ่งปลูกข้าวเป็นหลัก จึงไม่สามารถขาดแคลนน้ำได้ ดังนั้นนับตั้งแต่อดีตจนถึงปัจจุบันจะเห็นได้ว่า ชนชาติไตในจะสร้างบ้านเรือนอยู่ริมแม่น้ำ

傣族是一个团结的民族，他们在建造房屋时倾向于紧密相连，一户人家与另一户人家之间的距离很近，近到通过自家阳台就可以与邻居交谈。踏入傣族村寨，你会发现他们无须走出家门，只要站在自家阳台上就可以与邻居交谈。两户人家之间只有篱笆，或者只隔着一条路。

ชนชาติไตเป็นชนเผ่าที่มีความสามัคคีกันมาก ผู้คนชอบที่จะสร้างบ้านเรือนอยู่รวมกันเป็นกลุ่มใกล้ๆ กัน สามารถคุยกันผ่านระเบียงบ้านได้ หากได้เข้าไปในหมู่บ้านชนชาติไต จะเห็นชนชาติไตคุยกับเพื่อนบ้านได้โดยที่ต่างฝ่ายต่างยืนอยู่ที่ระเบียงบ้านของตัวเอง ไม่ต้องออกจากบ้าน ซึ่งแต่ละบ้านห่างกันแค่ผนังกั้นหรือมีเพียงถนนแบ่งกั้นเท่านั้น

第二节　傣族民居修建材料

ตอนที่ ๒　วัสดุการสร้างบ้านเรือนของชนชาติไต

过去，由于各地环境和自然资源的差异，不同地区的建筑材料各有不同，傣族的民居亦是如此。通过分析傣族用于建造民居的材料或原料，我们可以将傣族民居的发展历程划分为三个时期。前期傣族民居主要使用竹子作为房梁、框架、地板和墙壁的材料，而屋顶则采用草料进行构建。进入中期，傣族民居开始使用硬木制作框架、房梁、地板和墙壁，同时，他们还会用自己制作的名为“土瓦”的材料铺设房顶。到了后期，傣族民居的建筑材料进一步丰富，有木材、石材、砖头和瓦片等。

ในอดีต เนื่องจากสภาพแวดล้อมและทรัพยากรธรรมชาติในแต่ละพื้นที่แตกต่างกัน จึงทำให้วัสดุในการสร้างบ้านมีความแต่งต่างกัน บ้านของชนชาติไตก็เช่นกัน เมื่อพิจารณาวัสดุที่ใช้ในการสร้างบ้านหรือวัตถุดิบที่นำมาสร้างบ้านของชนชาติไต สามารถแบ่งออกได้เป็น ๓ ยุค ได้แก่ ยุคที่ ๑ คือยุคของการใช้ไม้ไผ่ในการทำเสาบ้านและโครงสร้างหลัก ปูพื้นและทำฝาผนัง หลังคามุงด้วยหญ้า ยุคที่ ๒ คือ ยุคที่ใช้ไม้เนื้อแข็งในการทำเสาบ้านและโครงสร้างหลัก ปูพื้นและทำฝาผนัง มุงหลังคาด้วยกระเบื้องดินเผาที่ทำเอง ที่เรียกว่า “กระเบื้องดินขอ” ยุคที่ ๓ วัสดุใน

การสร้างบ้านมีความหลากหลายมากขึ้น เป็นยุคที่ใช้ไม้ หิน อิฐและกระเบื้อง

在第一个时期（前期），民居的房梁、框架、地板和墙壁主要由竹子构成，而屋顶则采用草料建造。西双版纳盛产竹子，竹子对于傣族及当地其他民族来说非常重要。竹子除作为建造民居的主要材料外，还被用来制作日常生活中大部分生活用品，如盛糯米的饭盒、篮子、餐桌、货架、牲畜围栏等。常用于建造民居的竹子，傣族人将其称为“麦博”。一整根又长又圆的竹子可以用来制作柱子、横梁和民居的主框架，其余被劈开的竹子可以用来制作墙壁，也可以编成各种花样来制作地板。

ในยุคที่ ๑ คือยุคของการใช้ไม้ไผ่ในการทำเสาและโครงสร้างหลัก ปูพื้นและทำฝาผนัง หลังคามุงด้วยหญ้า สิบสองปันนาเป็นพื้นที่ที่อุดมไปด้วยไม้ไผ่ ดังนั้นไม้ไผ่จึงมีความสำคัญต่อวิถีชีวิตของชนชาติไตและชนเผ่าในพื้นที่เป็นอย่างมาก นอกจากจะใช้ในการสร้างบ้านแล้ว สิ่งของเครื่องใช้ในชีวิตประจำวันของชนชาติไตส่วนใหญ่ก็ยังทำมาจากไม้ไผ่อีกด้วย เช่น กระติ๊บสำหรับใส่ข้าวเหนียว ตะกร้า โต๊ะอาหารและชั้นวางของอุปกรณ์ดักสัตว์เป็นต้น ซึ่งไม้ไผ่ที่นิยมนำมาสร้างบ้านนั้น ชนชาติไตเรียกว่า “ไมโป๋” ลำไผ่นำมาทำเป็นเสา คานและโครงสร้างหลักของบ้านแล้ว ส่วนที่เหลือยังสามารถนำมาสานเป็นรูปลายต่างๆ ทำเป็นฝาผนังและพื้นบ้านได้

那个时期，傣族人尚未掌握烧制瓦片的技艺，所以选择用茅草来做屋顶。这种以茅草构建的屋顶，具有良好的通风性能，为屋内带来了怡人的清新空气。这种茅草在寨子里随处可见，每年 8—9 月，傣族人都会提前收割茅草，为接下来的房屋建设做好准备。

การที่ใช้หญ้ามุงหลังคาในสมัยนั้น เป็นเพราะชนชาติไตยังไม่สามารถทำกระเบื้องได้ จึงเลือกใช้หญ้ามามุงหลังคา หลังคาที่ทำจากหญ้านี้ ไม่เพียงแต่ระบาย

อากาศได้ดี แต่ยังนำอากาศที่บริสุทธิ์เข้ามาในบ้านอีกด้วย หญ้ามุงหลังคานี้สามารถหาได้จากในแถวๆ หมู่บ้าน ซึ่งก่อนการสร้างบ้านประมาณเดือนสิงหาคมถึงเดือนกันยานของทุกปี ชนชาติไตจะไปตัดหญ้ามาเตรียมไว้ก่อน

制作茅草屋顶的过程并不复杂，但每一步都充满了傣族人的智慧。他们将茅草与竹子编织成板状，这种板材被称为“草板”。随后，他们将这些草板层层堆叠，用绳子牢牢地固定在房顶之上。然而，这种看似坚固的茅草屋顶，使用寿命并不长，每 2~3 年就需更换一次。

ขั้นตอนการทำหญ้าเพื่อมามุงหลังคาไม่ซับซ้อน แต่ทุกขั้นตอนเต็มไปด้วยภูมิปัญญาของชนชาติไต ซึ่งจะทำโดยการนำหญ้าที่เตรียมไว้มาถักกับไม้ไผ่ทำเป็นแผง เรียกว่า “ไพหญ้า” และนำไพหญ้ามาผูกวางซ้อนกันกับโครงหลังคา การมุงหลังคาแบบนี้ดูคงทน แต่อายุการใช้งานไม่นาน ๒ ถึง ๓ ปีก็ต้องเปลี่ยนครั้งหนึ่ง

第二个时期（中期），傣族开始使用硬木来构建主体结构、房梁、地板和墙壁，屋顶则采用他们自制的瓦片，这种瓦片被称为“土瓦”。在西双版纳，竹子资源丰富，因此傣族人喜欢用竹子建造民居。然而，竹子有其局限性，它只适用于小型房屋的建设，对于大型民居来说并不适用。因为竹子不够耐用、稳定，其承重能力也逊于木材。随着时间的推移，傣族人开始转向使用硬木来建造民居。

ในยุคที่ ๒ คือยุคของการใช้ไม้เนื้อแข็งในการทำเสาบ้านและโครงสร้างหลัก ปูพื้นและทำฝาผนัง มุงหลังคาด้วยกระเบื้องดินเผาที่ทำเอง ที่เรียกว่า “กระเบื้องดินขอ” เนื่องจากไม้ไผ่ในพื้นที่สิบสองปันนาจะหาได้ง่าย ผู้คนจึงนิยมนำมาสร้างบ้าน แต่การสร้างบ้านด้วยไม้ไผ่นั้นก็มีข้อเสียคือไม่คงทน รับน้ำหนักได้ไม่มาก และเหมาะกับบ้านขนาดเล็กเท่านั้น ไม่เหมาะสำหรับบ้านขนาดใหญ่ มาการสร้างบ้านของชนชาติไตได้เปลี่ยนมาใช้ไม้เนื้อแข็งแทนการใช้ไม้ไผ่

用木头与瓦片建造的房屋（刀丽　摄）
บ้านที่สร้างด้วยไม้และมุงด้วยกระเบื้อง

1950 年以后，木制民居开始盛行，逐渐取代了竹楼的地位。傣族每个村寨都有召勐分配的树林，村民可以砍伐树林里的树木用于建造民居。傣族人通常选择硬木作为建造民居的主要材料，这些木材主要用于建造民居的柱子、主体结构、地板和墙壁。

หลังจากปี ค.ศ. ๑๙๕๐ การสร้างบ้านด้วยไม้เริ่มแพร่หลายมากขึ้น บ้านที่สร้างจากไม้เนื้อแข็งได้เข้ามาแทนบ้านที่ทำจากไม้ไผ่ ชนชาติไตแต่ละหมู่บ้านจะมีเขตพื้นที่ป่าที่เจ้าเมืองแบ่งให้ ชาวบ้านแต่ละหมู่บ้านสามารถเข้าไปตัดต้นไม้ในบริเวณเขตป่าของหมู่บ้านตน เพื่อนำไปสร้างบ้านได้ ไม้ที่ชนชาติไตนิยมนำมาสร้างบ้านได้แก่ ไม้เนื้อแข็งที่นำมาทำเป็นวัสดุหลักในการสร้างบ้าน เช่น ทำเสา โครงสร้างหลัก ปูพื้นและทำผนัง

用木头做的柱子（刀丽　摄）

การทำเสาบ้านด้วยไม้

屋顶则从茅草屋顶变成了瓦片屋顶，这些瓦片都是傣族人自己烧制的，傣族人称之为“土瓦”。在铺设新屋顶之前，傣族人会从田里取来泥土，根据需要将它塑成方形，然后烧制。最后，将这些烧制的瓦片层层堆叠在屋顶之上即可。

ส่วนหลังคาก็เปลี่ยนจากการมุงด้วยหญ้ามาเป็นการมุงด้วยกระเบื้อง ชนชาติไตจะทำกระเบื้องมุงหลังคากันเอง ซึ่งชนชาติไตเรียกว่า“กระเบื้องดินขอ” ก่อนปูหลังคาบ้าน ชนชาติไตจะนำดินจากที่นามาปั้นเป็นรูปสี่เหลี่ยม แล้วนำไปเผา จากนั้น นำกระเบื้องมาปูบนโครงหลังคาซ้อนกันไปเรื่อยๆ เป็นชั้นๆ

瓦片屋顶（刀丽　摄）

การมุงหลังคาด้วยกระเบื้อง

第三个时期（后期），随着生活条件的逐渐改善，傣族人开始使用木头、石头和瓦来建造民居。建造民居用的石头来自村寨附近的河流，石头经过加工和雕刻后，用作房屋柱子的底座。1980 年以后，傣族人开始用砖建造民居的柱子和墙壁，而屋架和地板仍然是用木头来铺设。

ในยุคที่ ๓ เนื่องจากความเป็นอยู่ของชนชาติไตได้ดีขึ้นเรื่อยๆ ชนชาติไตเริ่มมีการใช้ไม้ หิน และกระเบื้องมาสร้างบ้านเรือน หินที่ใช้ในการสร้างบ้านเรือนมาจากแม่น้ำที่ใกล้หมู่บ้าน ซึ่งผ่านการแกะสลักและผ่านกระบวนการแปรรูปมาแล้วทำเป็นฐานเสา หลังจากปี ค.ศ. ๑๙๘๐ เริ่มนำอิฐมาทำเป็นเสาบ้านและผนังบ้าน แต่โครงหลังคาและพื้นยังใช้ไม้ปูอยู่เหมือนเดิม

用木头、石头、砖和瓦片建造的房子 1（刀丽　摄）
การสร้างบ้านด้วยไม้ หิน อิฐและกระเบื้อง 1

用木头、石头、砖和瓦片建造的房子 2（刀丽 摄）
การสร้างบ้านด้วยไม้ หิน อิฐและกระเบื้อง 2

随着自然环境和社会资源的不断演变，现代科技在社会中的影响力逐渐增强，进而推动了建筑材料和设备的革新。在现代民居建设中，钢筋、石材、水泥、沙子、砖和瓦等建筑材料被广泛应用。

จากสภาพแวดล้อมและทรัพยากรธรรมชาติที่เปลี่ยนแปลงไป ประกอบกับเทคโนโลยีที่ทันสมัยได้เข้ามามีบทบาทในสังคมเพิ่มมากขึ้น วัสดุและอุปกรณ์ที่ใช้ในการสร้างบ้านจึงเปลี่ยนแปลงไป วัสดุการสร้างบ้านของชนชาติไตส่วนใหญ่จึงได้แก่ เหล็กเส้น หิน ปูน ทราย อิฐและกระเบื้องเป็นต้น

现代傣族民居的主体结构主要采用钢筋、混凝土和黏土砖作为建筑材料。由于木材资源的有限性，傣族民居的墙体转向使用黏土砖进行砌建，以此替代了传统的竹子或木头墙体，但黏土砖的通风性不如竹子好。现代民居的屋顶通常采用水泥浇筑的封闭式结构，在上方利用钢筋或木头构建传统的三角形屋顶，并铺上瓦片或彩钢瓦。民居的地板用水泥浇筑而成，并用瓷砖进行装饰，但不如传统地板那般凉爽。

ปัจจุบัน วัตถุดิบโครงสร้างหลักของบ้านชนชาติไตเป็นเหล็กเส้น คอนกรีต และอิฐดินเหนียว เนื่องจากวัตถุดิบที่ทำจากไม้มีจำกัด ดังนั้น ผนังของบ้านชนชาติไตจึงใช้อิฐดินเหนียวมาก่อเป็นผนังบ้านแทนไม้ไผ่หรือไม้แบบสมัยก่อน แต่การใช้อิฐดินเหนียวจะไม่ระบายอากาศเหมือนการใช้ไม้ไผ่ สำหรับหลังคาของบ้านจะใช้ปูนซีเมนต์ปิดหลังคา และใช้ไม้หรือเส้นเหล็กมาทำเป็นรูปสามเหลี่ยม แล้วใช้กระเบื้องหรือกระเบื้องเหล็กมาคลุม สำหรับพื้นบ้านจะใช้ปูนเทแล้วนำกระเบื้องเซรามิคมาตกแต่ง ซึ่งพื้นจะไม่เย็นสบายเหมือนการปูพื้นแบบเดิม

傣族民居建造者岩拉叫[①]在谈及傣族民居的变迁时表示，1950 年，大部分傣族人仍然使用竹子和草来建造房屋，但约有 5% 的傣族人开始尝试使用木头和瓦片进行建造。到了 1960 年以后，木头和瓦片逐渐成为主流建材，被广泛应用于民居的建造中。而自 1990 年以来，水泥、钢筋和砖块则逐渐取代了传统的建材，成为傣族民居的主要建筑材料。

"อ้ายลาแก้ว" ช่างสร้างบ้านชนชาติไตได้กล่าวถึงการเปลี่ยนแปลงเรื่องการสร้างบ้านชนชาติไตว่า เมื่อปี ค.ศ. ๑๙๕๐ ชนชาติไตส่วนใหญ่จะใช้ไม้ไผ่กับหญ้าในการสร้างบ้าน แต่จะมีประมาณร้อยละ ๕ ที่เริ่มสร้างบ้านด้วยไม้และกระเบื้อง หลังจากปี ค.ศ. ๑๙๖๐ บ้านส่วนใหญ่ก็เริ่มสร้างด้วยไม้และกระเบื้อง และเมื่อปี ค.ศ. ๑๙๙๐ ปูน เหล็กเส้นและอิฐได้ค่อยๆ เข้ามาแทนที่วัสดุก่อสร้างแบบเดิมๆ จนกลายเป็นวัสดุก่อสร้างหลักของบ้านชนชาติไต

---

① 岩拉叫，西双版纳州勐海县勐混镇曼养村村民，他是一名资深傣楼建设者。

傣族村落（刀丽　摄）
หมู่บ้านชนชาติไต

现代傣族民居（刀丽　摄）
บ้านเรือนชนชาติไตสมัยใหม่

第三节 傣族民居设计与用途

ตอนที่ ๓ แบบแปลนบ้านและการใช้ประโยชน์ของบ้านเรือนชนชาติไต

傣族传统民居的显著特点是高脚楼，民居分为上下两层，每一层都有不同的用途。可根据其使用功能将民居分为三部分，即第一层、第二层和院子，每部分都有其特定的功能。

ลักษณะบ้านของชนชาติไตแบบดั้งเดิมเป็นบ้านใต้ถุนสูง ซึ่งสามารถใช้ประโยชน์ได้ทั้ง ๒ ชั้น สามารถแบ่งสัดส่วนจากการใช้ประโยชน์ของบ้านได้เป็น ๓ ส่วนคือ ส่วนที่เป็นใต้ถุนบ้าน ชั้นที่ ๒ ของบ้านและบริเวณบ้าน ซึ่งแต่ละส่วนมีประโยชน์ต่อการใช้งานทั้งสิ้น

民居第一层（楼底）需要 40~50 根柱子来支撑第二层的重量。这些柱子的间距为 1.5~3 米，排列成 5~6 排，高度约为 2 米。鉴于西双版纳气候炎热、潮湿、蚊虫多，且傣族人喜欢将民居建在河边，第一层（楼底）至关重要，可以用来防虫、防水和防潮。在傣族人的传统观念中，居住在房子的下层可能会让人感到不适，甚至引发疾病。因此，第一层（楼底）通常用于饲养牛、猪、鸡等牲畜，存放耕作工具，以及堆放用于烹饪的柴火和捣米。此外，这里还充当了大米等农产品的仓库。每年 12 月到次年 4 月的农闲时期，家中的女性会在这里织布，男性则会编制各种竹制的手工艺品，制作捕鱼和捕猎的工具，以及其他生活器具，如储物器皿、刀架、编制设备和鸡笼等。

ใต้ถุนบ้านโดยทั่วไปจะใช้เสาไม้ประมาณ ๔๐ ถึง ๕๐ ต้น ซึ่งขึ้นอยู่กับขนาด

ของบ้าน มาทำเป็นโครงสร้างรองรับน้ำหนักด้านบน ระยะห่างระหว่างเสาประมาณ ๑.๕ ถึง ๓ เมตร มีทั้งหมด ๕ ถึง ๖ แถว จะสูงจากพื้นดินประมาณ ๒ เมตร เนื่องจากสิบสองปันนาอากาศร้อน พื้นดินเปียก มีแมลงจำนวนมาก และชนชาติไตเองชอบเลือกพื้นที่ที่ติดกับแม่น้ำในการสร้างบ้าน ใต้ถุนบ้านจึงมีประโยชน์ป้องกันแมลง ป้องกันน้ำท่วมและกันความชื้นได้ ชนชาติไตเชื่อว่าหากผู้ใดนอนใต้ถุนบ้านก็อาจจะมีอาการเจ็บป่วยไม่สบายได้ ดังนั้น ใต้ถุนบ้านจึงใช้เป็นที่เลี้ยงสัตว์ เก็บเครื่องมือเครื่องใช้ เก็บฟืนและใช้ตำข้าวแทนที่พักอาศัย นอกจากนี้ ยังทำเป็นคลังเก็บผลผลิตทางการเกษตร เช่น ข้าว ในช่วงเดือนธันวาคมถึงเดือนเมษายนปีถัดไป ซึ่งช่วงที่มีเวลาว่างจากทำเกษตรหรือช่วงที่งานไม่ยุ่ง ใต้ถุนบ้านจึงเป็นที่ใช้ทอผ้าของผู้หญิงเพื่อใช้ในครอบครัว ส่วนผู้ชายจะใช้เป็นสถานที่ในการทำหัตถกรรม เครื่องจักสานจากไม้ไผ่ รวมทั้งเครื่องมือในการจับปลา ดักสัตว์และอุปกรณ์อื่นๆ เช่น ที่ใส่ของ ปลอกใส่มีด อุปกรณ์ทอผ้า และกรงเลี้ยงไก่เป็นต้น

根据平面图所示，民居第二层各个部分的用途如下：

บ้านชั้นที่ ๒ จากแผนผังบ้านมีการใช้ประโยชน์พื้นที่ต่างๆ ดังนี้

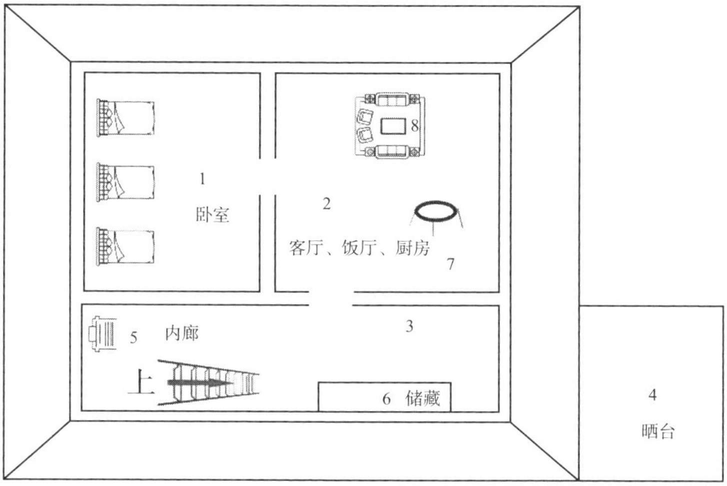

傣族高脚楼第二层平面图 （刀丽 画）

แผนผังชั้นที่ ๒ บ้านใต้ถุนสูงของชนชาติไต

1. 卧室

编号为 1。傣族的卧室位于民居的二层，是外人不得涉足的私密空间，因为卧室里供奉着已逝亲人，傣族人称之为“家神”。全家人共享这个宽敞的空间，以黑色的蚊帐作为分界。床铺的位置按照长幼顺序排列：父母睡中央；女孩紧贴着民居楼梯口，睡在父母的左侧；男孩则睡在父母的右侧。若家中有多个子女，姐姐会睡在父母的左侧，妹妹紧随其后；同样地，哥哥会在父母的右侧，弟弟则紧随其后。

ส่วนที่ ๑ ห้องนอนของชนชาติไตจะอยู่ที่ชั้นสอง ซึ่งสำหรับห้องนอนจะไม่อนุญาตให้คนนอกเข้าไปในห้อง เพราะในห้องจะมีหิ้งสำหรับเก็บอัฐิของบรรพบุรุษที่เสียชีวิตไปแล้ว ซึ่งชนชาติไตเรียกว่า “เจ้าเรือน” ทั้งครอบครัวจะอาศัยอยู่ด้วยกัน นอนรวมกันในห้องนอนใหญ่ แต่จะใช้มุ้งดำมาแบ่งที่นอน ซึ่งการแบ่งที่นอนจะแบ่งตามลำดับผู้อาวุโส พ่อแม่จะนอนตรงกลางห้อง ทางซ้ายมือของพ่อแม่ที่อยู่ติดบันไดขึ้นบ้านจะเป็นที่นอนสำหรับลูกสาว ส่วนทางขวามือจะเป็นที่นอนสำหรับลูกชาย ในกรณีที่มีลูกสาวหรือลูกชายหลายคน ที่นอนของพี่สาวจะอยู่ทางซ้ายมือของพ่อแม่ ถัดมาเป็นที่นอนของน้องสาวตามลำดับเช่นเดียวกับลูกชาย ขวามือของพ่อแม่จะเป็นที่นอนของพี่ชาย และที่นอนถัดไปจะเป็นของน้องชายตามลำดับเช่นเดียวกัน

2. 客厅、饭厅、厨房

编号 2、7 和 8 是位于高脚楼二楼两个大房间中的一个，这里集客厅、火塘和户主座席于一体，不仅用于烹饪和接待客人，还兼作客房。其面积占据了整个民居二层的三分之二。在传统的傣族民居中，火塘位于房间中央，四周是家庭成员围坐的地方。火塘右侧的空间，专为与客人交流而设，同时也是为过夜客人准备的休息床铺。而火塘左侧，则是一片用餐区域，餐桌以竹子精心编制，傣族人亲切地称之为“磨拷”。① 这张餐桌平时悬挂在民居的墙壁上，用餐时才会取下，餐后又会回归原位。

① “磨拷”是傣族人用来吃饭的桌子，一般由竹子编制。

ห้องรับแขก ห้องครัวและที่รับประทานอาหาร ส่วนที่ ๒, ๗ และ ๘ เป็นห้องใหญ่หนึ่งในสองห้องที่อยู่ชั้นที่สองของบ้าน ส่วนนี้จะประกอบไปด้วยห้องรับแขก เตาและที่นั่งของเจ้าของบ้าน ซึ่งเป็นทั้งครัวและที่รับแขก และเป็นพื้นที่ที่เตรียมไว้สำหรับให้แขกพัก ขนาดของห้องนี้จะมีพื้นที่ประมาณ ๒ ใน ๓ ส่วนของบ้านชั้นบนทั้งหมด สมัยก่อนการทำครัวจะวางเตาไว้ตรงกลางของห้องนี้และรอบๆ เตาจะเป็นที่นั่งของสมาชิกในครอบครัว ซึ่งทางขวามือของเตาจะเป็นที่นั่งคุยกันเมื่อมีแขกมาเยี่ยมที่บ้าน และเวลาค่ำพื้นที่บริเวณนี้จะใช้ปูที่นอนเพื่อให้แขกพักค้างคืน ส่วนทางซ้ายมือของเตาจะเป็นพื้นที่รับประทานอาหาร โต๊ะกินข้าวจะเป็นโต๊ะที่ทำมาจากไม้ไผ่ ที่ชนชาติไตเรียกว่า “โมข่าว” ซึ่งจะแขวนเก็บไว้ที่ผนังบ้าน เมื่อถึงเวลารับประทานอาหารก็จะยกลงมาวาง เมื่อทานอาหารเสร็จก็เก็บขึ้นไปแขวนไว้เช่นเดิม

3. 前廊（内廊）

该部分涵盖了 3、5、6 三个区域。这片大约 6 平方米的空间紧邻着通往楼上的楼梯。前廊的功能多样，一部分区域被用作储物空间，摆放着餐桌、竹篮和椅子等日常用品；另一部分区域则作为家人交流、进行家务活动的场所，如缝制衣物、制作竹器等。此外，民居的墙壁上还挂有全家福等照片作为装饰。

ระเบียงในบ้าน ส่วนที่ ๓, ๕ และ ๖ จะเป็นระเบียงในบ้าน มีพื้นที่ประมาณ ๖ ตารางเมตร อยู่ติดกับบันไดขึ้นบ้าน พื้นที่บริเวณระเบียงในมีประโยชน์มากมาย ส่วนหนึ่งแบ่งไว้สำหรับเก็บของใช้ต่างๆ เช่น โต๊ะกินข้าว ตะกร้า เก้าอี้เป็นต้น อีกส่วนแบ่งไว้ใช้สำหรับนั่งพูดคุยกันในครอบครัว หรือใช้ในการทำกิจกรรมอื่นๆ ในครอบครัว เช่น การเย็บผ้าหรือการทำอุปกรณ์ไม้ไผ่ นอกจากนี้ ผนังบ้านยังนำรูปภาพมาประดับตกแต่ง เช่น รูปถ่ายของครอบครัวเป็นต้น

傣族民居的前廊（刀丽　摄）

ระเบียงในบ้านของชนชาติไต

4. 晒台

编号为 4，是一个露天且无围栏的晒台，位于楼梯的正对面，它延伸到屋外，面积为 15~20 平方米。用来放置储水缸和洗涤衣物、洗漱、洗碗、洗菜、晾衣服，以及晒辣椒、大蒜、茶叶和稻谷等各种农产品。傍晚时分，当太阳落山后，这里也用作与隔壁邻居闲聊的场所。

ส่วนที่ ๔ ระเบียงนอกบ้าน จะตรงกับบันได เป็นชานยื่นออกไป มีพื้นที่ใช้สอยประมาณ ๑๕ ถึง ๒๐ ตารางเมตร เป็นที่กลางแจ้ง ไม่มีรั้ว ไม่มีหลังคา พื้นที่นี้จะใช้เป็นที่วางอ่างเก็บน้ำ เป็นพื้นที่สำหรับไว้ซักเสื้อผ้า ล้างหน้า ล้างถ้วยจาน ล้างผัก ตากผ้า ตากพืชผักและผลผลิตทางการเกษตรต่างๆ เช่น พริก กระเทียม ใบชาและข้าวเปลือกเป็นต้น ในตอนเย็นที่แดดอ่อนๆ หรือตะวันตกดินแล้วยังสามารถใช้เป็นที่พูดคุยกับเพื่อนบ้านที่อยู่ข้างๆ บ้านได้อีกด้วย

晒台（刀丽　摄）

ระเบียงนอกบ้าน

5. 楼梯

傣族的传统民居以高脚楼为主，因此家家户户都建有楼梯。这些楼梯的台阶数多为奇数，其中最常见的是 9 阶和 11 阶。因为东边是太阳升起的地方，所以楼梯通常被建造在房屋的东侧。

บันได บ้านเรือนชนชาติไตเป็นบ้านใต้ถุนสูง ดังนั้น แต่ละบ้านเรือนต้องมีบันไดขึ้น จำนวนขั้นบันไดบ้านของชนชาติไตนิยมเป็นเลขคี่ คือ นิยมสร้างประมาณ ๙ และ ๑๑ ขั้น โดยบันไดจะสร้างไว้ทางทิศตะวันออก เพราะชนชาติไตมีความเชื่อว่าแสงพระอาทิตย์ขึ้นจากทางทิศนี้

傣族的楼梯 （刀丽 摄）
บันไดขึ้นบ้านของชนชาติไต

6. 院子

传统的傣族民居通常附带一个庭院。这个庭院是饲养牲畜、种植作物的重要场所。在院子里，他们饲养牛、猪和鸡等牲畜，同时种植各种家庭日常食用的水果，如柚子、香蕉、木瓜、椰子、杧果和波罗蜜等，此外也种植各种蔬菜，如辣椒、洋葱、香菜、薄荷、番茄、姜、香茅草和白菜等。庭院部分空间还用来种植花卉，最受欢迎的是占巴花。傣族民居通常紧密相连，户与户之间仅有竹子编成的高约 1 米的低矮篱笆作为围墙。有些家庭甚至用芭蕉树和甘蔗树等果树作为篱笆。尽管没有明显的分界线，但每家人都清楚自己民居的占地范围。因此，傣族村落会给人一种民居紧密相连的感觉。

บริเวณบ้าน บ้านของชนชาติไตในสมัยก่อนจะมีลานบ้าน ในบริเวณบ้านจะเป็นที่เลี้ยงสัตว์และปลูกพืชผักผลไม้ สัตว์ที่เลี้ยงจะมีวัว หมูและไก่ ผลไม้ที่นิยมปลูก ได้แก่ ส้มโอ กล้วย มะละกอ มะพร้าว มะม่วง มะยม และขนุนเป็นต้น และส่วนผักที่ปลูก ได้แก่ พริก ต้นหอม ผักชี สะระแหน่ มะเขือ ขิง ตะไคร้ และผักกาดเป็นต้น นอกจากนั้น ยังมีพื้นที่อีกส่วนหนึ่งสำหรับปลูกไม้ดอกอีกด้วย ซึ่งดอกไม้ที่ชนชาติไตนิยมปลูกส่วนมากจะเป็นดอกจำปี บ้านของชนชาติไตจะปลูกติดกันจะมีเพียงรั้วที่ใช้ไม้ไผ่หวายสานเตี้ยๆ มากั้นไว้เท่านั้น ความสูงของรั้วจะสูงเพียง ๑ เมตร บางบ้านจะปลูกต้นกล้วยหรือต้นอ้อยไว้เป็นรั้วกั้น การแบ่งเขตรั้วบ้านไม่ได้มีการแบ่งที่ชัดเจน แต่ละบ้านจะรู้เองว่าบ้านของตนเองอยู่ในบริเวณไหนถึงบริเวณไหน ดังนั้น เมื่อเดินทางเข้าไปในหมู่บ้านของชนชาติไต จะรู้สึกว่าบ้านแต่ละบ้านติดกัน

随着社会经济的发展，西双版纳的传统傣族民居发生了显著的变化。这种变化并非一蹴而就，而是历经了漫长而复杂的过程。在保持傣族传统建筑特色的基础上，新的民居设计融入了更多的现代元素（如钢筋混凝土结构、玻璃窗、瓷砖等），形成了今天我们所见到的 2~3 层楼的民居。此外，民居的空间和使用功能也随之发生了变化。

เนื่องจากการพัฒนาเศรษฐกิจและสังคม ทำให้บ้านเรือนแบบดั้งเดิมของชนชาติไตที่สิบสองปันนาเปลี่ยนแปลงไปอย่างเห็นได้ชัด การเปลี่ยนแปลงนี้ไม่ได้เกิดขึ้นในชั่วข้ามคืน แต่ได้ผ่านกระบวนการที่ยาวนานและซับซ้อน บ้านเรือนเหล่านี้ ได้ผสมผสานเข้ากับสิ่งที่ทันสมัยต่างๆ จนกลายเป็นบ้าน ๒ ถึง ๓ ชั้นที่เราเห็นในปัจจุบัน การออกแบบบ้านในสมัยนี้ ได้รักษาเอกลักษณ์ทางสถาปัตยกรรมดั้งเดิมของชนชาติไตไว้แต่ก็ได้นำสิ่งทันสมัยต่างๆ มาผสมผสาน เช่น โครงสร้างคอนกรีตเสริมเหล็ก หน้าต่างกระจก กระเบื้องเป็นต้น นอกจากนี้ พื้นที่และการใช้ประโยชน์จากพื้นที่ในบ้านก็เปลี่ยนแปลงไป

现代傣族民居的厨房通常位于一楼，是一个独立扩建的房间。关于火塘的信仰已逐渐淡化，座位的安排也不再严格遵循年龄顺序，人们可以自由入座。晒台则依然位于楼上，人们可以在这里种植各种花草和蔬菜，如大蒜、芫荽、葱和白菜等。二楼和三楼的卧室被分隔成相似的房间，每个房间都配备了床，不再像过去那样仅在木板上铺设“帕垫”。[①]

บ้านชนชาติไตปัจจุบัน ห้องครัวส่วนใหญ่จะสร้างอยู่ชั้นหนึ่ง ซึ่งเป็นห้องที่เสริมออกมา ปัจจุบันความเชื่อเรื่องเตาของชนชาติไตได้หายไปเรื่อย และที่นั่งไม่ได้แบ่งตามอายุเหมือนในอดีต สามารถนั่งได้ตามสบาย ระเบียงบ้านก็อยู่ชั้นบน ซึ่งจะใช้เป็นที่ปลูกดอกไม้และพืชผัก เช่น กระเทียม ผักชี ต้นหอมและผักกาดเป็นต้น ห้องนอนจะใช้ชั้นที่ ๒ และ ๓ ซึ่งห้องนอนจะแบ่งเป็นห้องๆ เหมือนกันและใช้เตียง ไม่เหมือนสมัยก่อนที่ใช้เพียงที่นอนปูบนพื้นไม้เท่านั้น

民居一楼的空间设计和用途也与传统民居有所不同。过去用于饲养牲畜和织布或编制竹器的空间，现在已转变为储藏间。院子也从传统的种植水果和蔬菜的土地转变为停放交通工具或供人们坐着聊天的水泥场地，院子周围则种植鲜花。

การออกแบบและการใช้งานพื้นที่ชั้นหนึ่งของบ้านก็แตกต่างจากสมัยก่อน พื้นที่สำหรับการเลี้ยงปศุสัตว์ การทอผ้าหรือการจัดทำเครื่องไม้ไผ่ กลายเป็นห้องที่เก็บของ ลานบ้านเปลี่ยนจากพื้นที่เคยปลูกผลไม้และผักเป็นลานซีเมนต์สำหรับจอดยานพาหนะหรือพื้นที่นั่งเล่นพูดคุยกัน ส่วนข้างลานบ้านจะเป็นพื้นที่ปลูกดอกไม้

现代的傣族民居很少有围栏，但有些家庭会选择用砖建造围墙。尽管民居的空间和用途发生了变化，但傣族人仍然喜欢将房屋紧密地建在一起，邻里之间的关系依然十分亲密。

---

① “帕垫”是傣族传统的床垫。它是将稻草晒干后，用黑色亚麻布将其缝制在里边做成的床垫。

ปัจจุบันบ้าน ชนชาติไตจะไม่ค่อยมีรั้วบ้าน แต่ก็มีบางครอบครัวจะมีรั้วที่สร้างด้วยอิฐ และยังชอบสร้างบ้านติดๆ กันเหมือนสมัยก่อน ส่วนเพื่อนบ้านก็ยังมีความใกล้ชิดสนิทสนมกันเหมือนในอดีต

傣族民居的变化并非出于自己的意愿。木材结构的民居十年后就得拆除重建，竹楼则每五年就需要翻新，这种无法长期使用的材料导致了频繁的砍伐和浪费，木材资源日益减少。为了保护生态资源，我国已出台相关法律法规禁止砍伐森林。因此，想要建造传统木材结构的民居，须从周边国家如缅甸进口木材，这就导致了民居建造成本上升，从而演变成现在的傣族民居。城市周边的傣族村寨，土地已被征收用于城市发展，通过建造高楼，傣族人民能将空闲的房间出租，从而增加居民收入。

การเปลี่ยนแปลงนี้ไม่ใช่ว่าชนชาติไตอยากที่จะให้เปลี่ยนแปลง เนื่องจากบ้านไม้เมื่อสร้างได้ประมาณ ๑๐ กว่าปีก็จะต้องรื้อแล้วสร้างใหม่ ถ้าใช้ไม้ไผ่สร้างประมาณ ๕ ปี ก็ต้องรื้อสร้างใหม่ จึงทำให้สิ้นเปลืองไม้ และทรัพยากรไม้ลดน้อยลง เพื่อเป็นการรักษาทรัพยากรระบบนิเวศ รัฐบาลจีนจึงได้ออกกฎหมายห้ามตัดไม้ในป่า ดังนั้น ถ้าอยากจะสร้างบ้านด้วยไม้จะต้องหาซื้อมาจากประเทศเพื่อนบ้าน เช่น ประเทศพม่า ซึ่งจะมีต้นทุนสูงมาก ชนชาติไตจึงได้หันมาสร้างบ้านเรือนแบบปัจจุบัน สำหรับหมู่บ้านชนชาติไตที่อยู่รอบเมือง รัฐบาลได้ซื้อที่ดินเพื่อพัฒนาเมือง ซึ่งการสร้างบ้านเป็นตึกสูงๆ ก็สามารถแบ่งห้องที่ไม่มีคนอยู่ให้คนอื่นเช่าได้ เป็นการหารายได้เพิ่มให้กับครอบครัวได้อีกทางหนึ่ง

第四节　傣族民居修建方式

ตอนที่ ๔　วิธีการสร้างบ้านเรือนของชนชาติไต

傣族民居的建造主要依赖于劳动力，且多数由村民自行设计和建造。每个傣族村寨有 5~8 位民居设计师，无须从外寨聘请。在历史演变过程中，傣族社会形成了一种互助机制：无论是盖房还是种植水稻，来帮忙的人都会被记录下来，被帮忙的人家在未来需要偿还劳动力，形成了一种循环互助的模式。当某户人家要建造房屋时，亲戚和朋友会前来帮忙。这些亲友通常会分成 6~7 人的小组，每天轮换一组来协助建房，这种方式一直沿用至今。

แรงงานที่ใช้ในการสร้างบ้านเรือนของชนชาติไตจะใช้แรงงานคนเป็นหลัก พวกเขาจะเป็นคนออกแบบและสร้างกันเอง ซึ่งในหมู่บ้านจะมีคนที่ออกแบบได้ประมาณ ๕ ถึง ๘ คน โดยไม่ต้องจ้างคนนอกเข้ามา ในกระบวนการพัฒนาของสังคม ทำให้สังคมชนชาติไตเป็นสังคมที่มีกลไกที่ให้ความช่วยเหลือซึ่งกันและกัน ถ้ามีคนมาช่วยสร้างบ้านหรือช่วยปลูกข้าวจะต้องจดบันทึกไว้ เพราะว่าเจ้าของบ้านจะต้องไปทำงานชดใช้คืนให้ ดังนั้น ถ้าบ้านไหนสร้างบ้าน ญาติพี่น้องและเพื่อนๆ จะมาช่วย จะแบ่งเป็นกลุ่มๆ กลุ่มละประมาณ ๖ ถึง ๗ คน ผลัดเปลี่ยนกันมาช่วยวันละกลุ่ม ตั้งแต่อดีตจนถึงปัจจุบันจะใช้วิธีนี้โดยตลอด

早期，傣族民居的建造工具相对简单，主要包括刀具、斧头和绳索，缺乏精确的测量工具，只能依赖纱线进行粗略的测量。随着技术的逐渐发展，锯子、锤子和钉子等更先进的工具被引入，傣族工匠开始使用锯子锯木头，并用钉子替代绳索来固定房梁。尽管如此，大部分工作仍然依赖于人工完成。由于西双版纳位于边境地区，技术引进相对较晚。直到 1951 年，现代建筑技术（如伐木和测量工具等）才开始进入该地区。而到了 20 世纪 80 年代，这些现代技术才得到了更广泛的应用。

สมัยก่อน อุปกรณ์ที่ใช้ในการสร้างบ้านมีไม่มากนัก มีแต่มีด ขวานและเชือก ไม่มีเครื่องมือวัดที่แม่นยำ จะใช้เส้นด้ายมาวัดแทน ต่อมาชนชาติไตเริ่มมีการใช้เลื่อยตัดไม้ ค้อนและตะปูมายึดติดเสาแทนใช้เชือกมัด แต่งานส่วนใหญ่จะใช้แรงงานเหมือนเดิม เนื่องจากสิบสองปันนาอยู่ในเขตพื้นที่ติดชายแดน จึงทำให้เทคโนโลยีที่ทันสมัยต่างๆ เข้าถึงช้า ประมาณปี ค.ศ. ๑๙๕๑ ถึงจะมีเครื่องตัดไม้ เครื่องมือวัด และอุปกรณ์สร้างบ้านที่ทันสมัยเข้ามามีบทบาทมากขึ้น จนกระทั่งมาถึงปี ค.ศ. ๑๙๘๐ เทคโนโลยีสร้างบ้านเหล่านี้ได้รับความนิยมอย่างแพร่หลาย

在技术、工具和设备革新的推动下，大型建筑机械应运而生，使得民居建造过程更加高效和现代化。与此同时，傣族的传统民居建造方式也在逐渐转变，他们不再亲自设计和建造房屋，而是选择将这一任务交给专业的承包商来完成。这些承包商队伍不仅有傣族工匠，还吸引了众多汉族工匠的参与。一般而言，建造一栋房子大约需要 10 名工人，历时 4~6 个月，总体建筑费用为 10 多万元。这种变革不仅提升了建筑效率，也丰富了民居的样式和风格，展现了技术与文化的完美结合。

จากแรงกระตุ้นทางด้านนวัตกรรมทางเทคโนโลยี เครื่องมือและอุปกรณ์ทำให้เกิดเครื่องมือที่ประหยัดแรง ส่งผลให้กระบวนการก่อสร้างบ้านเรือนมีประสิทธิภาพและทันสมัยมากขึ้น วิธีการสร้างบ้านของชนชาติไตจึงไม่ได้เป็นแบบเหมือนในอดีตที่ต้องทำเองทุกกระบวนการ จะจ้างผู้รับเหมาเข้ามาออกแบบและก่อสร้างให้ ซึ่งผู้รับเหมาเหล่านี้มีทั้งที่เป็นชนชาติไตและชาวฮั่น บ้านหนึ่งหลังจะใช้แรงงานประมาณ ๑๐ คน ใช้ระยะเวลาก่อสร้างประมาณ ๔ ถึง ๖ เดือนและค่าสร้างบ้านแสนกว่าหยวน การเปลี่ยนแปลงนี้ ไม่เพียงแต่ช่วยเพิ่มประสิทธิภาพในการก่อสร้างเท่านั้น แต่ยังเสริมสร้างรูปแบบหรือสไตล์ของบ้าน ซึ่งแสดงให้เห็นถึงการผสมผสานที่ลงตัวระหว่างเทคโนโลยีกับวัฒนธรรม

第五节　傣族民居相关仪式

ตอนที่ ๕　พิธีการเกี่ยวกับบ้านเรือนของชนชาติไต

民居对傣族人来说非常重要，在建造民居时，他们都会举行一系列仪式，以期为主人带来好运。在选址建造民居时，须请村里的波章[①]或德高望重的长者来勘察，确保所选地点适宜建房。如果选址不合适，则不能强

① 波章，是傣族村寨里负责宗教事务的人。

行建房，以免民居主人不能安居乐业。选好地址后，民居主人需在动工前精心挑选建房材料，并选择一个良辰吉日开工。

บ้านเป็นที่อยู่อาศัยที่มีความสำคัญต่อชนชาติไตเป็นอย่างมาก ดังนั้น ในอดีตการสร้างบ้านแต่ละครั้ง จะต้องมีพิธีกรรมหลายขั้นตอน เพื่อให้เป็นสิริมงคลแก่ผู้ที่อยู่อาศัยในบ้าน ในการเลือกสถานที่ที่จะสร้างบ้านต้องให้พ่อจารย์หรือผู้อาวุโสในหมู่บ้านมาดูที่ให้ว่าเป็นที่ต้องห้ามหรือไม่ ถ้าเป็นที่ต้องห้ามก็จะไม่สามารถสร้างบ้านได้ เพราะถือว่าถ้าสร้างแล้วผู้อาศัยจะอยู่อย่างไม่เป็นสุข เมื่อได้สถานที่แล้ว เจ้าของบ้านก็จะต้องไปเลือกวัตถุดิบในการสร้างน้านเรือนก่อนและหาฤกษ์งามยามดีที่เป็นสิริมงคล

傣族人在选址时，特别偏好阳光充足且早晨能被太阳照射到的地方，他们认为这样的地方是“龙飞过”的吉祥之地。同时，“打开前门就能看见孔雀，打开后门就能看见金鹿”，因为孔雀和金鹿都是傣族的吉祥物，象征着神兽的庇护，喻示着吉祥和好运。这样的吉祥之地，适合建造民居。

การเลือกพื้นที่ในการสร้างบ้าน ชนชาติไตจะเลือกพื้นที่ที่มีแสงอาทิตย์ส่อง เพราะเชื่อว่าพื้นที่ที่ได้รับแสงอาทิตย์ในตอนเช้า จะเป็นพื้นที่ที่ “มังกรบินผ่าน” ซึ่งเป็นพื้นที่มงคลและเมื่อ “เปิดประตูหน้าบ้านจะเห็นนกยูง เปิดประตูหลังบ้านจะเห็นกวางทอง” ที่เป็นสัญลักษณ์สัตว์อันศักดิ์สิทธิ์ของชนชาติไต ซึ่งมีความหมายว่ามงคลและโชคดี พื้นที่มงคลนี้เหมาะกับการตั้งบ้านเรือน

在建造民居之前，不仅要筹备所需的建筑材料，还要选定开建民居的日子和时间。选择一个吉祥的日子动工，在建房过程中尤为重要，特别是立柱这一关键环节。在傣族的传统文化中，有三个被视为最吉祥的日子，它们分别被称为“燕子筑巢”“凤凰下蛋”“天下宝石雨”。“燕子筑巢”是燕子纷纷筑巢的吉祥日子；“凤凰下蛋”则意味着这一日是丰收的日子；“天下宝石雨”代表着财富降临。这三天被视为建房的最佳吉日，选择其中任何一天动工都是十分吉利的。

ก่อนที่จะสร้างบ้าน นอกจากจะต้องมีการเตรียมวัสดุในการสร้างบ้านแล้ว การเลือกวันมงคลและฤกษ์มงคลก็มีความสำคัญอย่างยิ่ง โดยเฉพาะวันลงเสาเอกของบ้าน ในวัฒนธรรมด้านเดิมของชนชาติไตวันมงคลจะมีสามวันคือ วันที่เรียกว่า “นกนางแอ่นสร้างรัง” “ฟีนิกซ์ตกไข่” และ “อัญมณีตกลงมาเหมือนฝนตก” วันที่เรียกว่า “นกนางแอ่นสร้างรัง” หมายถึงวันดีที่ขนาดนกนางแอ่นยังตั้งรัง ส่วนวันที่เรียกว่า “ฟีนิกซ์ตกไข่” หมายถึง วันที่ดีสำหรับเก็บเกี่ยว วันที่เรียกว่า “อัญมณีตกลงมาเหมือนฝนตก” หมายถึง วันที่สร้างเงินสร้างทอง โดยทั้ง ๓ วันจะเลือกวันใดวันหนึ่งก็ได้ เพราะถือว่าเป็นวันที่ดีที่สุดตามความเชื่อของชนชาติไต

在正式建房之前，还有一个重要的仪式——立柱。这一仪式由波章主持，房屋的主人及其亲朋好友都会参与。仪式中所需的物品包括一碗大米、香烛和一元钱等。在立柱仪式这一天，女性会用清水清洗柱子，寓意着洗净一切邪恶与灾难，祈求房柱坚固稳定。随后，亲戚们会齐心协力抬起柱子并进行立柱，完成立柱仪式。

ก่อนที่จะสร้างบ้านจะมีการทำพิธีตั้งเสาบ้าน โดยมีพ่อจารย์ปืนผู้ประกอบพิธี มีเจ้าของบ้าน ญาติพี่น้องและเพื่อนบ้านเข้าร่วมในพิธีและจะมีเครื่องประกอบพิธีต่างๆ ได้แก่ ข้าวสาร ๑ ถ้วย ธูปเทียนและเงินประมาณ ๑ หยวน ในวันตั้งเสาผู้หญิงต้องเอาน้ำสะอาดมาล้างเสาของบ้าน การที่เอาน้ำมาล้างเสา เพราะเชื่อว่าเป็นการชะล้างความชั่วร้ายและภัยพิบัติออกไป ซึ่งจะทำให้เสาบ้านมีความแข็งแกร่งและมั่นคง เมื่อล้างเสร็จญาติพี่น้องก็จะช่วยกันยกเสาขึ้น เป็นการตั้งเสาบ้าน

房屋落成之后，紧接着要举行盛大的乔迁典礼。为了增添喜庆气氛，主人会特地邀请亲朋好友齐聚一堂，共同见证这一重要时刻。尤为特别的是，他们还会盛情邀请傣族知名歌手章哈前来献唱。这一天，男主人会穿由椰子绒精心缝制的衬衫，头戴用棕榈叶巧妙编织的圆帽，身上挎一把锋利的长刀，象征着家族的威严和力量。他带领家人，携带着衣物、被褥和家具，开始举行搬家仪式。首先，恭敬地邀请家中的长辈步入新居。在傣族文化中，长辈被视为神圣的存在，他们的到来能够保佑家中平安吉祥。

参加仪式的长辈也会带着丰厚的礼物，包括美酒、鸡肉和猪肉等。当所有人都进入新居后，主人会关闭房门，举行乔迁仪式的后续环节。通常，这个仪式会在中午时分举行。傣族人认为这个时段非常吉利，能够为新居带来好运。主持仪式的是村里德高望重的长辈，他们会用诚挚的祝词为新房祈福。常见的祝词包括："吉祥的日子已经来临，这座民居坚固而稳定，财富、牲畜和谷物充裕，一切都充满了希望和期待。亲爱的朋友们，现在让我们共同走进这座充满喜悦和祝福的新房。"祈福结束后，人们会在新房前放鞭炮，以驱除厄运和邪气。同时，亲朋好友们会齐声高喊"水、水、水"，寓意相互之间的美好祝愿。仪式结束后，主人会盛情邀请客人上楼，点燃火炉，准备丰盛的饭菜款待宾客。这些美食包括糯米、泼水粑粑、剁生等。亲朋好友们一起享受美食、唱歌庆祝乔迁新居。这样的庆祝活动通常要持续 3 天，杀 1~2 头牛和猪用来宴请，人们相信这能够为房主带来好运和幸福。

หลังจากสร้างบ้านเสร็จ จะต้องมีการจัดพิธีขึ้นบ้านใหม่ เชิญญาติพี่น้องและเพื่อนๆ มาร่วมฉลองกันที่บ้านใหม่ และต้องเชิญ "จางฮา" ซึ่งเป็นนักร้องที่มีชื่อเสียงของชนชาติไตมาร้องเพลงฉลอง ในวันนี้ ผู้ชายที่เป็นหัวหน้าครอบครัวจะใส่เสื้อที่ทำจากขุยมะพร้าว หัวสวมใบมะปรางที่ร้อยเป็นวงกลม สะพายมีดยาวไว้ที่ลำตัวที่เป็นสัญลักษณ์ของความแข็งแกร่งแห่งครอบครัว แล้วพาสมาชิกในครอบครัวยกเสื้อผ้า ผ้าหุ่มและเฟอร์นิเจอร์ เพื่อเริ่มพิธีย้ายเข้าบ้านใหม่ ซึ่งจะกล่าวเชิญผู้สูงอายุเข้ามาในบ้านก่อน เพราะเชื่อว่าเป็นการอันเชิญสิ่งศักดิ์สิทธิ์ต่างๆ เข้าบ้านเพื่อมาปกป้องคุ้มครองคนในบ้าน ผู้สูงอายุที่มาร่วมงานมักจะนำของติดไม้ติดมือมาให้ เช่น เหล้า ไก่และหมู เป็นต้น เมื่อเข้ามาในบ้านแล้วก็จะปิดประตูและทำพิธีขึ้นบ้านใหม่ต่อไป พิธีกรรมส่วนมากจะเริ่มตอนเที่ยง เพราะเชื่อว่าเป็นช่วงเวลาที่เป็นมงคล จะนำความโชคดีมาให้ ในการทำพิธีจะมีผู้อาวุโสเป็นผู้ดำเนินงาน โดยจะกล่าวว่า "วันอันเป็นมงคลมาถึงแล้ว บ้านที่มั่นคงแข็งแรง เพรียบพร้อมไปด้วยสมบัติ ปศุสัตว์และข้าวปลาอาหาร สุขสมหวังในทุกสิ่งนั้นคือช่วงเวลานี้ เรามาขึ้นบ้านใหม่กันเถอะ ญาติพี่น้องและมิตรสหาย" เมื่อกล่าว

เสร็จ จะมีการจุดประทัดรอบๆ บริเวณบ้านใหม่ ซึ่งเชื่อว่าเป็นการขับไล่สิ่งไม่ดีให้ออกไป และในขณะนั้น ญาติพี่น้องและบรรดาเพื่อนๆ จะร้องว่า “สุ้ย สุ้ย สุ้ย” ซึ่ง “สุ้ย” หมายถึง การอวยพรซึ่งกันและกัน เมื่อเสร็จพิธีแล้วจะเชิญทุกคนขึ้นบนบ้าน เจ้าของบ้านจะตั้งเตาเลี้ยงแขก โดยเจ้าของบ้านจะเตรียมอาหารพิเศษไว้สำหรับเลี้ยงต้อนรับแขกที่มาขึ้นบ้านใหม่ ซึ่งอาหารที่ใช้เลี้ยงแขกจะมีข้าวเหนียว ข้าวโลโซ่และลาบเนื้อวัวเป็นต้น ญาติพี่น้องและเพื่อนๆ จะมาร่วมกันทารอาหารและร้องเพลงฉลองกัน ส่วนมากการฉลองขึ้นบ้านใหม่จะฉลองกันประมาณ ๓ วัน ๓ คืน จะใช้วัวและหมู ๑ ถึง ๒ ตัวมาเลี้ยงแขก เพราะเชื่อว่าเป็นสิริมงคลต่อเจ้าของบ้าน

西双版纳传统傣族民居的变化是经济与社会发展的必然结果。在新的历史时期，我们应该在保持传统特色的基础上，积极吸收现代元素，推动民居的现代化和多样化。同时，也应该加强对传统建筑和文化的保护，让它们在新的社会背景下焕发出新的生机和活力。这样，才能在保护传统文化的同时，推动西双版纳的经济与社会持续、健康地发展。

การที่บ้านเรือนแบบดั้งเดิมของชนชาติไตมีการเปลี่ยนแปลงไป มีผลมาจากการพัฒนาทางด้านเศรษฐกิจและสังคม ในทศวรรตใหม่ เราได้รับสิ่งใหม่ๆ เข้ามาเพื่อผลักดันให้บ้านชนชาติไตมีความทันสมัยและหลากหลายมากขึ้น แต่ต้องอยู่บนพื้นฐานการรักษาเอกลักษณ์ดั้งเดิมของชนชาติไตไว้ ในขณะเดียวกัน เราควรส่งสริมการอนุรักษ์สถาปัตยกรรมและวัฒนธรรมดั้งเดิมไว้ด้วย เพื่อให้สิ่งเหล่านี้เกิดความมีชีวิตชีวาในบริบทสังคมใหม่ ด้วยวิธีนี้เราจึงจะสามารถขับเคลื่อนเศรษฐกิจและสังคมของสิบสองปันนาให้เติบโตอย่างยั่งยืน และมีคุณภาพไปพร้อมกับการอนุรักษ์วัฒนธรรมดั้งเดิม

5

第五章　西双版纳傣仂语言文字

บทที่ ๕ อักษรและภาษาไทลื้อสิบสองปันนา

语言是人类文明的标志，也是人类文化的体现，它深刻反映了不同国家、地区和民族的文明特色和生活风貌。中国傣文因使用地区的不同，分为四种：傣仂文、傣哪文、傣绷文和金平傣文。傣仂文也称西双版纳傣文，主要在西双版纳傣族自治州及孟连等地的部分地区使用；傣哪文主要使用于德宏傣族景颇族自治州的大部分地区，以及保山、腾冲、景东、景谷、临沧、沧源、双江、耿马、镇康等地的部分地区；傣绷文主要由德宏傣族景颇族自治州的瑞丽市及澜沧等地的部分地区使用；金平傣文则在红河哈尼族彝族自治州金平县的傣族中使用。四种傣文在形体和结构上各有特色，傣仂文和傣绷文采用圆形字母，傣哪文使用方形字母，而金平傣文则方圆兼备。

ภาษาเป็นสัญลักษณ์ทางอารยธรรมและเป็นศูนย์รวมทางวัฒนธรรมของมนุษย์ ซึ่งสะท้อนให้เห็นถึงอารยธรรมและวิถีการดำเนินชีวิตของผู้คนในแต่ละประเทศ ภูมิภาคและเชื้อชาติ ภาษากลุ่มชาติพันธุ์ไตในประเทศจีนได้แบ่งออกเป็นภาษาถิ่น ๔ ภาษาโดยแบ่งตามถิ่นที่อยู่อาศัยได้แก่ ภาษาภาษาไทลื้อ ภาษาไตน่า ภาษาไตเพิงและภาษาไตจินผิง ภาษาไทลื้อหรือว่าภาษาไตสิบสองปันนา จะมีการใช้ในเขตปกครองตนเองของชนชาติไตสิบสองปันนาและในบางพื้นที่ของอำเภอเมิ่งเหลียน ภาษาไตน่าจะใช้ในพื้นที่เขตปกครองตนเองชนชาติไตและจิงโปเต๋อหง บางพื้นที่ของเป่าซาน เถิงชอง เจีหหยงตง เจียงกุ หลินชาง ชางเหยวน ซวงเจียง เกิ่งหม่า เจิ้งคางเป็นต้น ส่วนภาษาไตเพิงจะใช้ในบางพื้นที่ของอำเภอหลานชางและเมืองรุ่ยลี่ในเขตปกครองตนเองชนชาติไตและจิงโปเต๋อหง และภาษาไตจินผิงใช้ในกลุ่มชาติพันธุ์ไตในอำเภอจินผิงของเขตปกครองตนเองชนชาติฮานีและหยีหองเหอ ภาษากลุ่มชาติพันธุ์ไต ๔ ภาษานี้ มีลักษณะทางกายภาพและโครงสร้างที่แตกต่างกัน โดยภาษาไทลื้อ ภาษาไตเพิงใช้ตัวอักษร

แบบทรงกลม ภาษาไตน่าใช้ตัวอักษรแบบทรงสี่เหลี่ยม และภาษาไตจินผิงจะใช้อักษรทั้งทรงกลมและทรงสี่เหลี่ยม

西双版纳傣族作为一个拥有独特语言文字的民族，其文化经过长期积累并得到代代相传。这种文化传承既通过口口相传，也通过文字记载。以前傣族使用老傣文，如今分为老傣文和新傣文两种。老傣文主要用于记载经文和各种仪式，而新傣文则广泛应用于广播、政府部门及各种标语牌。

ชนชาติไตของสิบสองปันนา เป็นชนชาติหนึ่งที่มีภาษาที่เป็นเอกลักษณ์ของตนเอง ซึ่งแสดงให้เห็นว่าชนชาติไตเป็นชนเผ่าที่มีการสั่งสมวัฒนธรรมมาอย่างยาวนาน มีการถ่ายทอดวัฒนธรรมต่าง ๆ จากรุ่นสู่รุ่น โดยผ่านคำพูดและการจดบันทึกไว้เป็นลายลักษณ์อักษร ส่วนอักษรในอดีตจะมีแต่อักษรโบราณ แต่ในปัจจุบันอักษรไทลื้อมี ๒ แบบ ได้แก่ อักษรไทลื้อโบราณและอักษรไทลื้อสมัยใหม่ อักษรไทลื้อโบราณจะใช้ในการจดบันทึกคัมภีร์หรือเรื่องราวพิธีกรรมต่าง ๆ ส่วนอักษรไทลื้อสมัยใหม่จะใช้ในวิทยุ หน่วยงานราชการ ตลอดจนป้ายประกาศต่างๆ

第一节　西双版纳老傣文

ตอนที่ ๑　อักษรไทลื้อโบราณ

从前，老傣文不仅是傣族人民的日常交流工具，还用于记录经文、历史、文学、医学和文化等。过去，傣族男孩被赋予了前往佛寺深造的特权，他们在那里学习傣族的语言、文化和各种知识。傣族女孩则缺乏正式的学习渠道，她们的知识主要来源于家人的传授和世代的口耳相传。

ในอดีต ชนชาติไตใช้อักษรไทลื้อโบราณเป็นทั้งภาษาในการติดต่อสื่อสารชีวิตประจำวัน และใช้ในการจดบันทึกคัมภีร์ทางพระพุทธศาสนา หรือเนื้อหาที่เกี่ยวข้องทาง

ประวัติศาสตร์ วรรณกรรม ศาสตร์ทางการแพทย์และวัฒนธรรมเป็นต้น บุคคลที่ได้เรียนอักษรไทลื้อจะมีเพียงเด็กผู้ชายที่บวชเป็นสามเณรเท่านั้น เพราะในอดีตการเรียนการสอนต่างๆ ไม่ว่าจะเป็นอักษรไทลื้อ วัฒนธรรมชนชาติไต หรือแม้แต่ความรู้ด้านต่างๆ จะมีสอนแค่ในวัดเท่านั้น ส่วนเด็กผู้หญิงจะไม่ได้รับการสอนอย่างเป็นทางการ แต่จะเรียนรู้โดยการถ่ายทอดจากปากต่อปากของคนในครอบครัวซึ่งเป็นการสืบทอดจากรุ่นสู่รุ่น

傣文的产生时间并不明确，张公谨先生在其著作《傣族文化》中提到，名为《多拉维梯》的傣文文献记载着傣仂文（西双版纳傣文）的始用时间在傣历 639 年，即元至元十四年（1277 年），但该文献不知现藏于何处。

ช่วงเวลาการเกิดของอักษรไทลื้อไม่ได้มีข้อมูลที่ระบุอย่างแน่ชัด นายจาง กงจินได้กล่าวว่า หนังสือวรรณกรรมชนชาติไตที่มีชื่อว่า “โดราวิเต้” ได้บันทึกเวลาที่เริ่มใช้ภาษาไทลื้อไว้ว่ามีการเริ่มใช้ใน ปี ๖๓๙ ตามปฏิทินชนชาติไต หรือประมาณ ปี ค.ศ. ๑๒๗๗ แต่วรรณกรรมเล่มนี้ตอนนี้ไม่ทราบว่าเก็บรักษาไว้ที่ไหน

老傣文由声母、韵母和声调组成。最早老傣文的字母只有 41 个，字母的发音和排序与古印度巴利语相对应。后来，老傣文发展成 56 个字母，由 7 个韵母、48 个声母和 1 个后缀［a］组成，分为高音和低音，有两个声调符号。老傣文的特点是发音比较复杂，不易书写，学习和应用难度较大。

อักษรไทลื้อโบราณประกอบด้วยพยัญชนะ สระและวรรณยุกต์ แต่เดิมอักษรไทลื้อมีอักษรเพียง ๔๑ ตัวเท่านั้น การออกเสียงและการเรียงลำดับของอักษรมีความสอดคล้องกับภาษาบาลีในอินเดียโบราณ ต่อมาอักษรไทลื้อได้เพิ่มเป็น ๕๖ ตัว ประกอบด้วยสระ ๗ ตัว พยัญชนะ ๔๘ ตัว และอักษรแทนเสียงพยัญชนะท้าย [A] ๑ ตัว แบ่งเป็นเสียงสูงและเสียงต่ำ ๒ กลุ่ม มีสัญลักษณ์โทนเสียง ๒ ตัว ลักษณะของภาษาชนชาติไตโบราณคือ การออกเสียงค่อนข้างซับซ้อน เขียนยาก การเรียนรู้และการนำมาประยุกต์ใช้ทำได้ยาก

傣族祖先利用老傣文创作了许多作品，其中最广为所知的是《贝叶经》。《贝叶经》不仅是中国珍贵的文化遗产，更是傣族文化的百科全书。它详细记录了原始的傣族文化，涵盖佛教经典、天文历法、社会历史、民俗文化、医理医药、伦理道德及文学艺术等多个领域。这些都以经文的形式记录下来，供子孙后辈学习传承。

บรรพบุรุษของชนชาติไตได้ใช้อักษรไทลื้อโบราณเขียนผลงานต่างๆ มากมาย ผลงานที่มีชื่อเสียงสุดคือ พระคัมภีร์เป้ยเย่ ซึ่งเป็นมรดกทางวัฒนธรรมอันล้ำค่าของประเทศจีน เป็นสารานุกรมของวัฒนธรรมไทลื้อที่ประกอบด้วยเนื้อหาวัฒนธรรมดั้งเดิมของชนชาติไต บันทึกคัมภีร์ของพุทธศาสนา ดาราศาสตร์ ประวัติศาสตร์สังคม ประเพณีพื้นบ้าน ศาสตร์ทางการแพทย์ คุณธรรมและจริยธรรม ศิลปะและวรรณคดีเป็นต้น ซึ่งเรื่องราวต่างๆ เหล่านี้ ได้ถูกบันทึกเป็นภาษาตัวธรรม หรือเรียกว่าอักษรไทลื้อโบราณไว้ในหนังสือธรรม เพื่อสืบทอดให้กับลูกหลานต่อไป

《尖达塔度》是一本傣文古籍，该书长约两米，记载了在一个叫作勐尖达的地方修建佛塔的故事。“尖达”为地名，“塔度”意为佛塔。此书是西双版纳地区傣族人的佛教经典，已被列入《国家珍贵古籍名录》。

เจียนต๋าถ่าตู้เป็นหนังสือเล่มหนึ่งที่ใช้อักษรไทลื้อโบราณในการบันทึกนิทานเป็นหนังสือนิทานเกี่ยวกับเมืองที่ชื่อเจียนต๋าสร้างเจดีย์ “เจียนต๋า” คือ ชื่อสถานที่ ส่วน “ถ่าตู้” หมายถึง เจดีย์ โดยหนังสือเล่มนี้มีเนื้อหาความยาวประมาณ ๒ เมตร หนังสือเล่มนี้ เป็นคัมภีร์พระพุทธศาสนาของชนชาติไตในสิบสองปันนาและได้ถูกรวบรวมเข้าเป็นหนึ่งในรายการหนังสือโบราณอันล้ำค่าของประเทศจีน

以老傣文记载的作品非常丰富，包括传说和童话故事，如《召树屯》《阿銮故事》等。长篇创世史诗《巴塔麻嘎捧尚罗》，讲述了傣族如何创造世界的故事，其内容包括傣族祖先创造天地、人类万物，以及他们的生存、定居和迁移过程，是研究傣族传说和古代社会的重要史料。

วรรณคดีที่ใช้อักษรไทลื้อโบราณบันทึกไว้มีมากมาย ทั้งในด้านนิทานเรื่องเล่า

และตำนานเทพนิยายต่างๆ เช่น เจ้าสู้ต้นกับนางมูโนน่าและเรื่องราวของอาหลวงเป็นต้น มหากาพย์การสร้างโลกเรื่องยาวปาถ่ามาก่าเพิงซ่างโล ซึ่งได้เล่าถึงเรื่องการสร้างโลกของชนชาติไต โดยมีเนื้อหาประกอบด้วยการสร้างโลก การสร้างมนุษย์ การตั้งรกราก การโยกย้าย และการอยู่รอดของบรรพบุรุษชนชาติไต ถือเป็นเอกสารทางประวัติศาสตร์ที่สำคัญในการศึกษาตำนานและสังคมโบราณของชนชาติไต

第二节　西双版纳新傣文

ตอนที่ ๒　อักษรไทลื้อสมัยใหม่

新傣文是 1954 年在老傣文的基础上进行改进而来的，在维持原有字母形态和发音特性的同时，对字母的读音进行了优化。新傣文废除了韵母附标，将韵母置于声母之后，对部分字母进行了删减和增加，并引入了声调符号。这些改进使得新傣文相较于老傣文更加清晰易读、简单易懂，更便于印刷。因此，大量的报纸、杂志和书籍用新傣文出版了。

อักษรไทลื้อสมัยใหม่เป็นตัวอักษรใหม่ที่ปรับปรุงมาจากอักษรไทลื้อโบราณ ในปี ค.ศ. ๑๙๕๔ มีการปรับปรุงการอ่านและการออกเสียงตัวอักษรให้อยู่บนพื้นฐานของการรักษารูปแบบตัวอักษรและลักษณะเสียงเดิม ได้มีการยกเลิกเครื่องหมายแนบสระและเปลี่ยนเป็นวางสระหลังพยัญชนะ ตัดตัวหรือมีการเพิ่มอักษรหลายตัวตามระบบระดับเสียง เพิ่มสัญลักษณ์โทนเสียงระบบวรรณยุกต์ เพื่อให้อักษรไทลื้อสมัยใหม่มีความชัดเจนกว่าอักษรไทลื้อโบราณ ให้ง่ายต่อการเรียนรู้และตีพิมพ์ ดังนั้น จึงได้มีการตีพิมพ์เป็นหนังสือพิมพ์ นิตยสารและหนังสือออกมาเป็นจำนวนมาก

如果一个人没有学习过老傣文，仅掌握了新傣文，那他可能很难读懂老傣文，甚至无法阅读记录傣族故事的书籍。这种情况可能会导致傣族传统文化的传承受到阻碍。因此，从 1985 年 5 月开始，西双版纳州决定重新采用老傣文，并与新傣文并行使用。2009 年 11 月 2 日，西双版纳官网设立了新老傣文专栏。目前，老傣文主要在佛寺中使用，而新傣文则广泛应用于日常生活的交流和工作中，如新闻媒体和政府机构。对于新老傣文的使用，存在很大的争议。老一辈倾向于使用老傣文，他们认为老傣文记录了丰富的医学和天文知识，这些宝贵的知识不应该被遗忘。然而，年轻人普遍认为老傣文的学习难度较大，导致他们不愿意学习老傣文，使用人数最多的还是新傣文。

ถ้าผู้เรียนไม่ได้เรียนอักษรไทลื้อโบราณมาก่อน เรียนแต่อักษรไทลื้อสมัยใหม่ อาจจะเป็นการยากในการอ่านอักษรไทลื้อโบราณ และอาจจะอ่านหนังสือที่บันทึกเรื่องราวของชนชาติไตไม่ได้ ส่งผลให้วัฒนธรรมดั้งเดิมของชนชาติไตสืบทอดต่อไปได้ยาก ดังนั้น ตั้งแต่เดือนพฤษภาคม ค.ศ. ๑๙๘๕ สิบสองปันนาได้เริ่มกลับมาใช้อักษรไทลื้อโบราณอีกครั้ง และใช้คู่กันกับอักษรไทลื้อสมัยใหม่ เมื่อวันที่ ๒ พฤศจิกายน ค.ศ. ๒๐๐๙ เว็บไซต์ทางการของจังหวัดสิบสองปันนาได้เปิดคอลัมน์ฉบับอักษรไทลื้อ โดยมีทั้งอักษรไทลื้อโบราณและสมัยใหม่ ปัจจุบันอักษรไทลื้อโบราณส่วนใหญ่จะมีใช้อยู่ที่วัด หสำหรับอักษรไทลื้อสมัยใหม่จะใช้ในการสื่อสารที่เป็นทางการหรือในชีวิตประจำวัน เช่น ในหน่วยงานสื่อมวลชนและหน่วยงานราชการ การใช้อักษรไทลื้อสมัยใหม่และอักษรไทลื้อโบราณยังมีการถกเถียงกันอย่างมากมาย เนื่องจากผู้สูงอายุเห็นว่าควรใช้อักษรไทลื้อโบราณเพราะว่ามีข้อมูลที่บันทึกเกี่ยวกับการแพทย์ สภาพอากาศต่างๆ อยู่มาก ไม่สามารถทิ้งได้ แต่เยาวชนสมัยใหม่เห็นว่าอักษรไทลื้อโบราณเข้าใจได้ยาก คนทั่วไปจึงไม่นิยมเรียนรู้ ทำให้มีการใช้อักษรไทลื้อสมัยใหม่กันอย่างแพร่หลาย

将老傣文和新傣文进行对比可以发现，新傣文辅音和韵母数量均有所减少，变得更简单，且因为去掉冗余辅音和韵母，更加易于学习和记忆。目前，新傣文共有 42 个辅音和 91 个韵母及两个声调符号。每个词都有固定的发音，不会产生混淆，便于书写，且教学简单，所以新傣文得到大力推广并受到人们的欢迎。

เมื่อนำอักษรไทลื้อโบราณและอักษรไทลื้อสมัยใหม่มาเปรียบเทียบกันแล้ว จะเห็นได้ว่ามีสิ่งที่เปลี่ยนแปลงไปคือ การปรับพยัญชนะและสระให้มีจำนวนน้อยลง ง่ายขึ้น เพราะตัดตัวที่ไม่จำเป็นออกไป ทำให้ง่ายต่อการเรียนรู้และจดจำ ปัจจุบัน อักษรไทลื้อสมัยใหม่มีพยัญชนะ ๔๒ ตัว สระ ๙๑ ตัว สัญลักษณ์โทนเสียง ๒ ตัว แต่ละคำมีวิธีการสะกดที่ตายตัวไม่ก่อให้เกิดความสับสน ง่ายต่อการเขียนและพิมพ์ เรียนง่าย สอนง่าย จึงได้รับการส่งเสริมและได้รับความนิยมเป็นอย่างมาก

近年来，尽管大部分傣族人能说傣语，但真正掌握傣文读写技巧的却是少数。值得庆幸的是，西双版纳电视台和广播等媒体平台纷纷推出傣语播报节目，为傣语的传承与保护注入了强大的动力。除此之外，相关机构还积极出版了众多傣文教材，如新老傣文教学教材、汉傣双语教材等，这些精心编制的书籍和资料为傣语学习者提供了便捷的学习途径，成为傣文传承的重要支撑。其中汉傣词典对学习者来说意义非凡。目前，傣族村寨也在积极组织傣文学习活动，许多孩子利用节假日等空闲时间努力学习。

หลายปีที่ผ่านมา ชนชาติไตส่วนใหญ่พูดภาษาไทลือได้ แต่มีคนส่วนน้อยที่สามารถอ่านเขียนอักษรไทลื้อได้ ซึ่งนับเป็นความโชคดีที่สื่อแพลตฟอร์มต่างๆ เช่น สถานีโทรทัศน์และวิทยุในสิบสองปันนา ต่างพากันเปิดตัวรายการด้วยภาษาไทลื้อ จึงเป็นเหมือนแรงผลักดันอันทรงพลังในการสืบทอดและอนุรักษ์ภาษาไทลื้อ นอกจากนี้ ยังมีการออกตำราต่างๆ เพื่อใช้ในการเรียนรู้ภาษาไทลื้อ เช่น หนังสือเรียนอักษรไทลื้อโบราณและอักษรไทลื้อสมัยใหม่ หนังสือที่ประกอบด้วยทั้งอักษรไทลื้อและอักษรจีนกลาง หนังสือและเอกสารเหล่านี้ เป็นส่วนหนึ่งที่ทำให้ภาษาไทลื้อยังคงอยู่ เพราะผู้อ่านสามารถเข้าใจเรื่องราวต่างๆ ได้ง่ายและได้เรียนรู้ภาษาได้สะดวกขึ้น ที่สำคัญยังมีพจนานุกรมภาษาไทลื้อกับภาษาจีนกลาง ซึ่งนับเป็นประโยชน์ต่อผู้เรียนอย่างยิ่ง และเป็นวิธีการสืบทอดวัฒนธรรมด้านภาษาของชนชาติไตได้เป็นอย่างดี นอกจากนี้ ปัจจุบันในหมู่บ้านชนชาติไตยังมีการจัดการเรียนการสอนภาษาไทลื้อ เด็กๆ ได้ไปเรียนในวันที่โรงเรียนหยุด

目前，在西双版纳少数民族语言传承与保护中，“民语传承模式”和“民语辅助模式”尤为引人注目。前者在学前、义务教育及大中专阶段，每周安排 1~3 节民语课，而其他课程则主要使用汉语。后者则在学前班与小学阶段，以汉语为主要教学语言，辅以民语，将少量的民族语言融入课堂教学，同时融入优秀的民族文化与习俗。

ปัจจุบัน สำหรับการสืบทอดและอนุรักษ์ภาษาชนกลุ่มน้อยสิบสองปันนานั้น “รูปแบบการถ่ายทอดภาษาชนกลุ่มน้อย” และ “รูปแบบการใช้ภาษาชนกลุ่มน้อยเพื่อช่วยในการเรียนการสอน” เป็นรูปแบบที่ได้รับความสนใจเป็นพิเศษ สำหรับรูปแบบแรก ส่วนใหญ่จะใช้ในระดับการศึกษาก่อนวัยเรียน การศึกษาภาคบังคับหรือระดับวิทยาลัยและมัธยมศึกษา ซึ่งจะจัดการเรียนการสอนภาษาชนกลุ่มน้อย ๑ ถึง ๓ คาบต่อสัปดาห์ สำหรับวิชาอื่นจะใช้ภาษาจีนกลางสอนเป็นหลัก รูปแบบที่ ๒ จะใช้ในระดับการศึกษาก่อนวัยเรียนและระดับประถมศึกษา ซึ่งจะใช้ภาษาชนกลุ่มน้อยมาช่วยสอนในวิชาที่ต้องใช้ภาษาจีนกลางเป็นภาษาหลักในการสอน แต่ใช้ภาษาชนกลุ่มน้อยเป็นภาษาเสริม ในขณะเดียวกัน ก็ได้เสริมวัฒนธรรมและประเพณีที่โดดเด่นของชนกลุ่มน้อยนั้นๆ เข้าไปในการเรียนการสอนด้วย

西双版纳州职业技术学院设立了傣汉双语专业班，旨在培养既懂傣语又懂汉语的师资队伍。此外，西双版纳州人民政府还与云南民族大学建立了合作关系，共同培养少数民族高层次人才。

วิทยาลัยอาชีวะและเทคโนโลยีจังหวัดสิบสองปันนา มีการจัดตั้งหลักสูตรวิชาชีพภาษาไทลื้อกับภาษาจีนกลาง ได้มุ่งสร้างทีมครูที่มีความรู้ทั้งภาษาไทลื้อและภาษาจีนกลาง นอกจากนี้ รัฐบาลประชาชนจังหวัดสิบสองปันนายังได้สร้างความร่วมมือกับมหาวิทยาลัยชนชาติยูนนาน เพื่อร่วมกันพัฒนาบุคลากรระดับสูงของชนกลุ่มน้อย

在景洪市曼掌文化村和橄榄坝傣族园的田野调查中，发现了另一种独特的傣汉双语教育模式。村里设立了傣语图书馆和教室，村里的中青年和老年人纷纷利用晚上的时间投入傣语的学习中，教师大多是村里的老人。与此同时，正在接受九年义务教育的本村孩子，也选择在周末来这里继续他们的傣语学习之旅。傣文课堂的教学内容丰富多彩，不仅教授傣文，还涵盖了许多优秀的傣族传统文化知识。村民的学习热情高涨，图书室里摆放着琳琅满目的傣文图书，包括傣汉双语教材、文学书籍等，它们既是知识的载体，又是文化的传承。

จากการสำรวจพื้นที่ของหมู่บ้านมานจังและหมู่บ้านวัฒนธรรมชนชาติไตที่กำหล่านป๋าของเมืองเชียงรุ่ง ได้พบรูปแบบการเรียนการสอนคือภาษาไทลื้อกับภาษาจีนกลาง ที่เป็นเอกลักษณ์อีกรูปแบบหนึ่ง ในหมู่บ้านมีการจัดตั้งห้องสมุดและห้องเรียนภาษาไทลื้อ ในตอนกลางคืนชาวบ้านทั้งหนุ่มสาวและผู้สูงอายุต่างก็จะพากันเรียนภาษาไทลื้อโดยครูที่มาสอนส่วนใหญ่จะเป็นผู้สูงอายุของในหมู่บ้าน ในขณะเดียวกัน บุตรหลานในหมู่บ้านที่กำลังศึกษาอยู่ระดับการศึกษาภาคบังคับ ๙ ปีนั้น ก็จะมาเรียนภาษาไทลื้อในวันหยุดสุดสัปดาห์ เนื้อหาที่สอนในชั้นเรียนภาษาไทลื้อมีความหลากหลายมาก ไม่เพียงแต่สอนภาษาไทลื้อเท่านั้น ยังสอนความรู้เกี่ยวกับวัฒนธรรมและประเพณีชนชาติไตที่โดดเด่นอีกด้วย ชาวบ้านต่างมีความกระตือรือร้นในการเรียนรู้มาก ในห้องสมุดจะมีหนังสือภาษาไทลื้อมากมายรวมถึงตำราสองภาษาคือ ภาษาไทลื้อกับภาษาจีนกลาง หนังสือวรรณกรรมเป็นต้น ซึ่งเป็นทั้งการบันทึกความรู้และการสืบทอดของวัฒนธรรม

在这片充满独特风情的土地上，虽然傣汉双语课程并未正式纳入地方义务教育的必修体系，但双语教育却以独特的方式落地生根，焕发出勃勃生机。

ในดินแดนที่เต็มไปด้วยเสน่ห์แห่งอันเป็นเอกลักษณ์นี้ แม้ว่าหลักสูตรการเรียนการสอนสองภาษาได้แก่ ภาษาจีนกลางกับภาษาไทลื้อ ยังไม่ได้ถูกกำหนดให้เป็นส่วนหนึ่งของหลักสูตรวิชาการบังคับในระดับการศึกษาภาคบังคับของท้องถิ่น แต่การเรียนการสอนสองภาษากลับเป็นสิ่งที่ที่นี่ได้ปลูกฝังเอาไว้ ซึ่งถือเป็นเอกลักษณ์และประกายแห่งความมีชีวิตชีวา

为了解西双版纳傣文使用现状，笔者对景洪市宣慰大道、勐泐大道、民航路等三条主干道，著名旅游打卡地告庄西双景，曼弄枫新城区语言标牌进行图片采集分析，其中商业广告牌 500 个，公共路标 100 个，政府、企事业单位门牌 50 个。根据标牌上使用的语言及其数量将标牌分为单语、双语和多语标牌。也可以将标牌分为官方标牌和非官方标牌。其中政府、企事业单位门牌为官方标牌，商业广告牌、公共路标为非官方标牌。

เพื่อสำรวจสภาพการใช้ภาษาไทลื้อในสิบสองปันนา ผู้เขียนได้ถ่ายภาพป้ายสาธารณะสถานที่ต่างๆ ของเมืองเชียงรุ่งได้แก่ ถนนสายหลักสามสายของเมืองเชียงรุ่งคือ ถนนซวนเหวย ถนนเมืองลื้อกับถนนการบินพลเรือน สถานที่ท่องเที่ยวที่มีชื่อเสียงก้าวจวงซีซวงจิ่ง และเมืองใหม่บ้านหนองเฟิง เพื่อนำมาวิเคราะห์ภาษาที่ใช้บนป้ายสาธารณะ กลุ่มตัวอย่างที่เลือกมานี้ มีป้ายโฆษณาเชิงพาณิชย์จำนวน ๕๐๐ ป้าย ป้ายบอกทางสาธารณะจำนวน ๑๐๐ ป้าย และป้ายบอกชื่อหน่วยงานราชการจำนวน ๕๐ ป้าย โดยหากจำแนกตามประเภทภาษาที่ใช้บนป้ายสาธารณะสามารถจำแนกได้เป็นป้ายภาษาเดียว สองภาษาและหลายภาษา นอกจากนี้ ยังสามารถจำแนกเป็นป้ายสาธารณะที่เป็นทางการและป้ายสาธารณะที่ไม่เป็นทางการได้แก่ ป้ายบอกชื่อหน่วยงานราชการ ป้ายบอกทางสาธารณะเป็นป้ายสาธารณะที่เป็นทางการ และป้ายโฆษณาเชิงพาณิชย์เป็นป้ายสาธารณะที่ไม่เป็นทางการ

表 1 数据显示，景洪市公共标牌中非官方标牌均为双语和多语标牌，单语标牌数量为零；双语标牌占据着优势地位，共 473 个，占比为 94.6%；多语标牌 27 个，占比为 5.4%。

表 1　景洪市公共标牌中非官方标牌语言使用种类

地点	标牌数量 / 个	语种类型					
		单语 / 个	占比 /%	双语 / 个	占比 /%	多语 / 个	占比 /%
告庄西双景	100	—	—	97	97	3	3
曼弄枫新城区	100	—	—	99	99	1	1
勐泐大道	100	—	—	90	90	10	10

续表

地点	标牌数量 / 个	语种类型					
		单语 / 个	占比 /%	双语 / 个	占比 /%	多语 / 个	占比 /%
民航路	100	—	—	95	95	5	5
宣慰大道	100	—	—	92	92	8	8
总计	500	—	—	473	94.6	27	5.4

จากตารางที่ 1 แสดงให้เห็นว่า ภาษาที่ใช้บนป้ายสาธารณะที่ไม่เป็นทางการของเมืองเชียงรุ่งจะเป็นสองภาษากับหลายภาษา ซึ่งไม่มีป้ายที่ใช้ภาษาเดียว ซึ่งในจำนวนดังกล่าวมีป้ายที่ใช้ ๒ ภาษาจำนวน ๔๗๓ ป้าย หรือคิดเป็นร้อยละ ๙๔.๖ และสำหรับป้ายที่ใช้หลายภาษาจำนวน ๒๗ ป้าย หรือคิดเป็นร้อยละ ๕.๔

ตารางที่ 1　ประเภทภาษาที่ใช้บนป้ายสาธารณะที่ไม่เป็นทางการของเมืองเชียงรุ่ง

สถานที่	จำนวนป้าย (ป้าย)	ประเภทภาษาที่ใช้					
		ภาษาเดียว(ป้าย)	สัดส่วน(%)	สองภาษา(ป้าย)	สัดส่วน(%)	หลายภาษา(ป้าย)	สัดส่วน(%)
ก้าวจวงซีซวงจิ่ง	100	/	/	97	97	3	3
บ้านหนองเฟิง	100	/	/	99	99	1	1
ถนนเมืองลื้อ	100	/	/	90	90	10	10
ถนนการบินพลเรือน	100	/	/	95	95	5	5
ถนนซวนเหวย	100	/	/	92	92	8	8
รวม	500	/	/	473	94.6	27	5.4

表 2 数据显示，官方标牌中双语标牌为 88 个，占比为 58.67%；多语标牌为 62 个，占比为 41.33%。分开来看，公共路标中多语标牌占优势地位，共 60 个，占比为 60%；双语标牌共 40 个，占比为 40%，体现出景洪市作为世界旅游名城道路公共标牌语言的多样性。政府、企事业单位门牌以双语为主，共 48 个，占比为 96%；多语标牌仅 2 个，占比为 4%。

表 2　景洪市公共标牌中官方标牌语言使用种类

标牌种类	标牌数量 / 个	语种类型					
		单语 / 个	占比 /%	双语 / 个	占比 /%	多语 / 个	占比 /%
公共路标	100	—	—	40	40	60	60
政府、企事业单位门牌	50	—	—	48	96	2	4
总计	150	—	—	88	58.67	62	41.33

จากตารางที่ 2 แสดงให้เห็นว่า ในป้ายสาธารณะที่เป็นทางการของเมืองเชียงรุ่ง ภาษาที่ใช้บนป้ายที่เป็นสองภาษามีจำนวน ๘๘ ป้าย คิดเป็นร้อยละ ๕๘.๖๗ สำหรับป้ายที่ใช้หลายภาษามีจำนวน ๖๒ ป้าย คิดเป็นร้อยละ ๔๑.๓๓ ถ้าแยกออกกันดูจะพบว่า บนป้ายบอกทางสาธารณะที่ใช้หลายภาษามีจำนวน ๖๐ ป้าย คิดเป็นร้อยละ ๖๐ ป้ายที่ใช้สองภาษามีจำนวน ๔๐ ป้าย คิดเป็นร้อยละ ๔๐ ซึ่งแสดงให้เห็นว่า เมืองเชียงรุ่งเป็นเมืองท่องเที่ยว ดังนั้น ป้ายบอกทางสาธารณะจึงมีความจำเป็นที่จะต้องมีหลากภาษา ส่วนป้ายบอกชื่อหน่วยงานราชการ จะใช้ ๒ ภาษาเป็นหลัก ซึ่งมีจำนวน ๔๘ ป้าย คิดเป็นร้อยละ ๙๖ และป้ายที่ใช้หลายภาษาจะมีเพียง ๒ ป้าย คิดเป็นร้อยละ ๔ เท่านั้น

ตารางที่ 2　ประเภทภาษาที่ใช้บนป้ายสาธารณะที่เป็นทางการของเมืองเชียงรุ่ง

สถานที่	จำนวนป้าย (ป้าย)	ประเภทภาษาที่ใช้					
		ภาษาเดียว(ป้าย)	สัดส่วน (%)	สองภาษา(ป้าย)	สัดส่วน (%)	หลายภาษา(ป้าย)	สัดส่วน (%)
ป้ายบอกทางสาธารณะ	100	/	/	40	40	60	60
ป้ายบอกชื่อหน่วยงานราชการ	50	/	/	48	96	2	4
รวม	150	/	/	88	58.67	62	41.33

表 3 数据显示，非官方标牌语言组合模式中，中、傣两种语言组成的标牌最多，共 473 个，占比为 94.6%；其次是中、傣、英三种语言组成的标牌，共 27 个，占比为 5.4%。

表 3　景洪市公共标牌中非官方标牌语言组合模式

地点	语言组合种类			
	中 + 傣 / 个	占比 /%	中 + 傣 + 英 / 个	占比 /%
告庄西双景	97	97	3	3
曼弄枫新城区	99	99	1	1
勐泐大道	90	90	10	10
民航路	95	95	5	5
宣慰大道	92	92	8	8
总计	473	94.6	27	5.4

จากตารางที่ 3 แสดงให้เห็นว่า ภาษาที่ใช้บนป้ายสาธารณะที่ไม่เป็นทางการของเมืองเชียงรุ่ง ส่วนมากจะใช้ภาษาจีนกลางกับภาษาไทลื้อมากที่สุด ซึ่งมีจำนวน ๔๗๓ ป้าย คิดเป็นร้อยละ ๙๔.๖ นอกจากนั้น จะเป็นการใช้รวมกัน ๓ ภาษาได้แก่ ภาษาจีนกลาง ภาษาไทลื้อและภาษาอังกฤษที่มีจำนวน ๒๗ ป้าย คิดเป็นร้อยละ ๕.๔

ตารางที่ 3　ภาษาที่ใช้บนป้ายสาธารณะที่ไม่เป็นทางการของเมืองเชียงรุ่ง

สถานที่	ภาษาที่ใช้บนป้าย			
	จีน+ไทลื้อ(ป้าย)	สัดส่วน(%)	จีน+ไทลื้อ +อังกฤษ(ป้าย)	สัดส่วน(%)
ก้าวจวงซีซวงจิ่ง	97	97	3	3
บ้านหนองเฟิง	99	99	1	1
ถนนเมืองลื้อ	90	90	10	10
ถนนการบินพลเรือน	95	95	5	5
ถนนซวนเหวย	92	92	8	8
รวม	473	94.6	27	5.4

表 4 数据显示，官方标牌语言组合模式中，中、傣两种语言组成的标牌数量最多，达 88 个，占比为 58.66%；其次是中、傣、英三种语言组成的标牌，共 52 个，占比为 34.67%；最后是中、傣、英、泰四种语言组成

的标牌，共 10 个，占比为 6.67%。分开来看，公共路标中中、傣、英三种语言组合的标牌最多，共 50 个，占比为 50%；其次是中、傣两种语言组合的标牌，共 40 个，占比为 40%；中、傣、英、泰四种语言组合的标牌共 10 个，占比为 10%。政府、企事业单位门牌中，最多的语言组合模式为中、傣两种语言组合，共 48 个，占比为 96%；中、傣、英三种语言组合的标牌仅有 2 个，占比为 4%。

表 4　景洪市公共标牌中官方标牌语言组合模式

地点	语言组合种类					
	中 + 傣 / 个	占比 /%	中 + 傣 + 英 / 个	占比 /%	中 + 傣 + 英 + 泰 / 个	占比 /%
公共路标	40	40	50	50	10	10
政府、企事业单位门牌	48	96	2	4	—	—
总计	88	58.66	52	34.67	10	6.67

จากตารางที่ 4 แสดงให้เห็นว่า ป้ายสาธารณะที่เป็นทางการของเมืองเชียงรุ่ง ป้ายที่ใช้ภาษาจีนกลางกับภาษาไทลื้อมีจำนวน ๘๘ ป้าย คิดเป็นร้อยละ ๕๘.๖๖ รองลงมาคือป้ายที่ใช้ภาษาจีนกลาง ภาษาไทลื้อและภาษาอังกฤษมีจำนวน ๕๒ ป้าย คิดเป็นร้อยละ ๓๔.๖๗ และมีน้อยที่สุดคือ ป้ายที่ใช้ภาษาจีนกลาง ภาษาไทลื้อ ภาษาไทยและภาษาอังกฤษ มีจำนวน ๑๐ ป้าย คิดเป็นร้อยละ ๖.๖๗ ถ้าแยกออกมาดูกัน จะพบว่า บนป้ายบอกทางสาธารณะจะใช้รวมกันทั้งภาษาจีน ภาษาไทลื้อกับภาษาอังกฤษมากสุด มีจำนวน ๕๐ ป้าย คิดเป็นร้อยละ ๕๐ รองลงมาคือ ป้ายที่ใช้ภาษาจีนกลาง ภาษาไทลื้อมีจำนวน ๔๐ ป้าย คิดเป็นร้อยละ ๔๐ สุดท้ายคือป้ายที่ใช้ภาษาจีนกลาง ภาษาไทลื้อ ภาษาอังกฤษ และภาษาไทยมีจำนวน ๑๐ ป้าย คิดเป็นร้อยละ ๑๐ สำหรับป้ายบอกชื่อหน่วยงานและสถาบันของรัฐ จะใช้ภาษาจีนกลางกับภาษาไทลื้อเป็นหลัก ซึ่งมีจำนวน ๔๘ ป้าย คิดเป็นร้อยละ ๙๖ ส่วนป้ายที่ใช้ภาษาจีนกลาง ภาษาไทลื้อและภาษาอังกฤษ จะมีเพียง ๒ ป้าย คิดเป็นร้อยละ ๕

ตารางที่ 4 ภาษาที่ใช้บนป้ายสาธารณะที่เป็นทางการของเมืองเชียงรุ่ง

สถานที่	ภาษาที่ใช้บนป้าย					
	จีน+ไทลื้อ (ป้าย)	สัดส่วน(%)	จีน+ไทลื้อ+อังกฤษ (ป้าย)	สัดส่วน (%)	จีน+ไทลื้อ+อังกฤษ+ไทย (ป้าย)	สัดส่วน (%)
ป้ายบอกทางสาธารณะ	40	40	50	50	10	10
ป้ายบอกชื่อหน่วยงานราชการ	48	96	2	4	/	/
รวม	88	58.66	52	34.67	10	6.67

6

第六章　西双版纳傣族传统习俗

บทที่ ๖ ประเพณีดั้งเดิมของชนชาติไตสิบสองปันนา

傣族文化历史悠久，自古以来便拥有丰富多彩的传统习俗，包括泼水节、婚嫁仪式和丧葬仪式等。尽管现代社会中的传统习俗产生变化，但在傣族人的日常生活中，这些习俗仍然占据着举足轻重的地位。

ชนชาติไตมีวัฒนธรรมที่ปฏิบัติสืบทอดกันมาอย่างยาวนาน ตั้งแต่อดีตถึงปัจจุบัน มีขนบธรรมเนียมประเพณีที่หลากหลาย เช่น ประเพณีวันสงกรานต์ ประเพณีการแต่งงานและงานศพเป็นต้น ซึ่งปัจจุบันขนบธรรมเนียมประเพณีเหล่านี้ได้มีการเปลี่ยนแปลงไปบ้าง แต่ยังคงมีความสำคัญต่อวิถีชีวิตของชนชาติไตเหมือนเดิม

第一节 傣族泼水节

ตอนที่ ๑ เทศกาลสงกรานต์ของชนชาติไต

西双版纳傣族的传统节日犹如一颗颗璀璨的明珠，镶嵌在历史的长河中，闪烁着传统与现代交融的光芒。这些节日不仅是时间的标志，更是傣族文化的载体，传递着傣族深厚的历史与独特的文化。傣族有许多传统节日，其中对傣族人生活至关重要的是泼水节。

เทศกาลดั้งเดิมของชนชาติไตสิบสองปันนาเปรียบเสมือนไข่มุกที่ส่องแสงระยิบระยับในแม่น้ำสายยาวในประวัติศาสตร์ เปล่งประกายแสงที่ผสมผสานความดั้งเดิมและความทันสมัย เทศกาลเหล่านี้ไม่เพียงแต่เป็นสัญลักษณ์ของเวลา ยังเป็นสื่อกลางในการถ่ายทอดประวัติศาสตร์อันยาวนาน และวัฒนธรรมที่เป็นเอกลักษณ์ของชนชาติไต ชนชาติไตมีเทศกาลดั้งเดิมมากมาย แต่เทศกาลที่มีความสำคัญต่อการดำเนินชีวิตของชนชาติไต ได้แก่ เทศกาลสงกรานต์

西双版纳傣族的传统节日——泼水节，是傣族最为盛大和重要的节日，是傣族的“新年”。在傣族，无论男女老少，每个人都满心欢喜地期待着每年 4 月泼水节的到来，参与泼水节的活动。在迎接新的美好事物和即将到来的新年之际，傣族人会前往佛寺听经、为逝去的亲人祈福、堆沙塔、浴佛，以祈求新的一年万事如意，辞旧迎新，赶走晦气。在泼水节期间，人们也会走亲访友，拜谢长辈，举办各种庆祝活动，比如，跳舞、赛龙舟、放高升等。

เทศกาลสงกรานต์ เป็นเทศกาลที่ยิ่งใหญ่และมีความสำคัญมากที่สุดต่อชนชาติไต เพราะถือว่าเป็น “วันขึ้นปีใหม่” ของชนชาติไต ชนชาติไตทุกคนจะตั้งตารอคอยเพื่อเข้าร่วมกิจกรรมในวันนี้ ซึ่งจะอยู่ในช่วงเดือนเมษายนของทุกปี กิจกรรมในวันสงกรานต์จะมีการเข้าวัดทำบุญ สวดมนต์ ฟังเทศน์ฟังธรรม กรวดน้ำให้ญาติผู้ที่เสียชีวิต ก่อพระเจดีย์ทราย และสรงน้ำพระพุทธรูป เพื่อความเป็นสิริมงคลในการเริ่มต้นปีใหม่และขจัดสิ่งที่ไม่ดีออกจากตัว ในช่วงวันสงกรานต์มีการคารวะญาติผู้ใหญ่ รวมทั้งมีกิจกรรมรื่นเริงต่างๆ เช่น การฟ้อนรำ การแข่งเรือและการเล่นบั้งไฟเป็นต้น

关于傣族泼水节的由来，民间流传着许多故事，其中流传最广的是：很久以前，有一个凶恶残暴的魔王，他虽拥有无边的法术，却无恶不作。魔王有六个美丽的妻子，仍不满足，又抢了一个既美丽又聪明的姑娘做他的第七个妻子。一天，当魔王心情愉快时，这位美丽又聪明的姑娘趁机打探到，只要用魔王的一根头发勒住他的脖子，就能将他杀死。于是，她趁魔王熟睡，从他头上轻轻拔下一根头发，小心翼翼地绕在他的脖子上。瞬间，魔王的头颅滚落在地。然而，当他的头颅落地时，火焰也随之燃起，烧到哪里，哪里就化为灰烬。为了世界免受灾难，七个妻子决定轮流将魔王的头颅抱在怀中。每年轮换时，她们都会用清水洗净身上的污秽。久而久之，泼水成为纪念这七位勇敢姑娘的仪式，同时也是为了相互洁身洗尘，祈求好运。从这个神话传说中，可以看出泼水节时向人泼水的传统，寓意着洗涤一切污秽、疾病和灾难，带来清新和祝福。

มีตำนานพื้นบ้านมากมายที่บอกเล่าถึงที่มาของเทศกาลสงกรานต์ของชนชาติไต ได้รับความนิยมมากที่สุดคือ กาลครั้งหนึ่งนานมาแล้ว มีปีศาจจตัวหนึ่งซึ่งมีเวทมนตร์มาก แต่ทำความชั่วไว้มากมาย ปีศาจมีภรรยาที่สวยงาม ๖ คนแล้ว แต่มันก็ยังไม่พอใจ ยังไปแย่งสาวที่ทั้งสวยและฉลาดคนหนึ่งมาเป็นภรรยาคนที่ ๗ วันหนึ่งเมื่อปีศาจอารมณ์ดี สาวทั้งสวยและฉลาดคนนี้ถือโอกาสเอ่ยถาม จึงรู้ว่าแค่ใช้ผมของปีศาจเส้นหนึ่งรัดคอมันก็สามารถฆ่ามันตายได้ ดังนั้น เธอจึงฉวยโอกาสในขณะที่ปีศาจหลับสนิท ค่อยๆ ดึงผมออกแล้วพันรอบคอของมันอย่างระมัดระวัง ทันใดนั้นศีรษะของปีศาจก็หล่นลงบนพื้น เมื่อศีรษะของปีศาจหล่นไปที่พื้นตรงไหน ทำให้จะเกิดไฟลุกไหม้ตรงนั้น และพื้นที่ตรงนั้นก็กลายเป็นเถ้าถ่าน เพื่อช่วยโลกจากภัยพิบัติ ภรรยาทั้ง ๗ คน จึงตัดสินใจผลัดกันอุ้มศีรษะของปีศาจไว้ในอ้อมแขน โดยผลัดกันคนละปี เมื่อถึงเวลาผลัดเปลี่ยนกัน พวกเขาจะใช้น้ำสะอาดชำระล้างสิ่งสกปรก ต่อมา การสาดน้ำจึงกลายเป็นพิธีรำลึกถึงสาวผู้กล้าทั้ง ๗ คน และในขณะเดียวกัน ก็เป็นการชำระล้างทำความสะอาดร่างกายให้กันและกัน เพื่อจะได้ขอให้โชคลาภหรือสิ่งดีๆ เข้ามา ตำนานนี้ทำให้เรารู้ว่า ประเพณีสาดน้ำของเทศกาลสงกรานต์ มีความหมายว่าช่วยล้างสิ่งสกปรก โรคภัยไข้เจ็บและภัยพิบัติทั้งปวงออกจากตัว แล้วนำความสดใสสบายใจและคำอวยพรมาให้

至今，傣族依然保留着泼水节的传统仪式。每当泼水节来临时，傣族人都会参与到各种仪式当中。泼水是泼 ห 水节的重要活动，是神圣而幸福的仪式。人们以轻柔而礼貌的方式向对方泼水，寓意着为新的一年迎接美好事物做好准备。

ปัจจุบัน ชนชาติไตยังคงรักษาพิธีกรรมของประเพณีสงกรานต์ไว้ เมื่อถึงวันสงกรานต์ชนชาติไตทุกคนจะพากันเข้าร่วมทำกิจกรรมต่างๆ การสาดน้ำเป็นกิจกรรมสำคัญของเทศกาลสงกรานต์ ถือเป็นพิธีกรรมอันศักดิ์สิทธิ์และสร้างความสุข จะมีการสาดน้ำใส่กันเบาๆ พอเป็นพิธีเท่านั้น เพื่อเป็นการแสดงว่าเตรียมพร้อมในการต้อนรับสิ่งที่ดีๆ ที่จะเข้ามาในปีใหม่นี้

传统的泼水节是傣历 6 月，每个村寨过节的时间都不一样，村寨之间相互邀请，使得泼水节要庆祝半个月左右。随着社会的发展，西双版纳泼水节知名度不断扩大，为方便慕名而来的游客体验泼水节的活动，1987 年，经西双版纳州人大常委会立法，把傣族的泼水节固定在公历 4 月 13 日至 15 日。现在，很多乡镇的傣族村寨泼水节赶摆时间仍各不相同。

เทศกาลสงกรานต์จะอยู่ในเดือน ๖ ตามปฏิทินชนชาติไต สมัยก่อนเวลาฉลองสงกรานต์ของแต่ละหมู่บ้านจะไม่เหมือนกัน และเมื่อถึงเวลาฉลองสงกรานต์ของหมูบ้านตัวเอง ก็จะมีการเชิญชวนหมู่บ้านอื่นมาร่วมฉลอง จึงทำให้การฉลองสงกรานต์จะฉลองกันเป็นเวลาประมาณครึ่งเดือน เนื่องจากการพัฒนาของสังคม เทศกาลสงกรานต์ของสิบสองปันนาจึงมีชื่อเสียงมากขึ้นเรื่อยๆ เพื่ออำนวยความสะดวกแก่นักท่องเที่ยวที่เดินทางมาได้สัมผัสกิจกรรมสงกรานต์ ปี ค.ศ. ๑๙๘๗ คณะกรรมการประจำสภาผู้แทนประชาชนเขตปกครองตนเองชนชาติไตสิบสองปันนาได้กำหนดให้วันที่ ๑๓ ถึง ๑๕ เมษายนของทุกปีตามปฏิทินจันทรคติ เป็นเทศกาลสงกรานต์ของชนชาติไต แต่ปัจจุบัน ในตำบลต่างๆ ก็ยังคงจัดงานปอยในวันและเวลาที่แตกต่างกันเหมือนเดิม

泼水节首日，傣语唤作“宛多桑堪”，意指除夕。黎明时分，长辈便携带米饭、点心和香烛前往寺庙布施，随后返家享用丰盛的傣族午餐。午后，人们身着傣族服饰齐聚澜沧江边，参与赶摆活动。这里有赛龙舟、堆沙等传统项目，还有精彩纷呈的传统表演与傣味烧烤。夜幕降临，人们放孔明灯和水灯祈福。

วันแรกของเทศกาลสงกรานต์ ภาษาไทลื้อเรียกว่า วันโดสังข์ ซึ่งเป็นวันส่งท้ายปีเก่า ตอนเช้าผู้สูงอายุจะนำข้าว ขนมและธูปเทียนไปทำบุญที่วัด กลางวันจะทานอาหารชนชาติไตที่บ้าน ตอนบ่ายจะแต่งชุดชนชาติไตไปเข้าร่วมงานปอยที่ริมแม่น้ำโขง โดยจะมีกิจกรรมดั้งเดิมคือ การแข่งเรือ ก่อกองทราย มีชุดการแสดงแบบดั้งเดิมและขายอาหารชนชาติไตประเภทปิ้งย่าง ตอนกลางคืนจะมีการปล่อยโคมไฟและลอยกระทงเพื่อขอพรเป็นต้น

澜沧江上赛龙舟（刀丽　摄）
การแข่งเรือในแม่น้ำโขง

相较于景洪市澜沧江边的盛大赶摆，傣族村寨的赶摆更显古朴韵味。每个村落都设有专门的赶摆场地，而赶摆日各不相同，为村民提供了自由穿梭于各村落的机会。赶摆之日，村民们换上新装，精心打扮后欢聚一堂。现场不仅有美味的傣味烧烤，还有丰富多彩的娱乐活动，如各类表演，其中孔雀舞作为傣族最著名的舞蹈之一，是赶摆必不可少的节目。此外，还有傣族男子表演的刀舞。表演结束后，人们放高升，这是傣族人向神仙和龙表达感激之情的方式，感谢他们保佑村寨风调雨顺、五谷丰登。另外，赶摆也是傣族青年男女寻觅心仪对象的重要场合，他们通过扔香包来传递情意。

เมื่อเทียบกับงานปอยใหญ่ริมแม่น้ำโขงเมืองเชียงรุ่ง งานปอยในหมู่บ้านต่างๆ จะรักษาขนบธรรมเนียมปฏิบัติได้ดีกว่า โดยแต่ละหมู่บ้านจะมีสถานที่จัดงานปอยเป็นของตัวเอง และวันจัดงานของแต่ละหมู่บ้านจะไม่ตรงกัน ดังนั้น คนในหมู่บ้านจะสามารถเข้าร่วมงานปอยของหมู่บ้านอื่นได้ วันงานปอยเป็นวันที่ทุก

คนต้องแต่งตัวและใส่ชุดใหม่ไปเข้าร่วมงาน ในงานจะมีการขายอาหารที่อร่อย อาหารส่วนใหญ่จะเป็นอาหารปิ้งย่างของชนชาติไตและกิจกรรมบันเทิงต่างๆ มากมาย เช่น มีการแสดงการฟ้อนรำ และที่มีชื่อเสียงมากที่สุดคือ "การแสดงฟ้อนนกยูง" ซึ่งถือว่าขาดไม่ได้ นอกจากนั้น ยังประกอบด้วยชุดการแสดง "การฟ้อนมีด" นักแสดงจะเป็นผู้ชายโดยใช้มีดในการฟ้อนและเล่นบั้งไฟ การเล่นบั้งไฟเป็นการแสดงการขอบคุณเทวดาหรือมังกรต่างๆ ที่ทำให้หมู่บ้านมีน้ำ มีข้าวปลาอาหารที่อุดมสมบูรณ์ให้แก่ชนชาติไต นอกจากนี้ ยังเป็นเทศกาลที่สำคัญสำหรับคนหนุ่มสาวชนชาติไตในการเลือกคู่ชีวิต ซึ่งจะสื่อสารความรักกันโดยผ่านวิธีการโยนกระเป๋าใบเครื่องหอมเล็กๆ

放高升（玉窝的　摄）

การเล่นบั้งไฟ

泼水节第二日，傣语称为"宛脑"，寓意这是一个介于过去与未来之间的空白之日。这一天，傣族人会在黎明时分起床，准备点心、糯米饭和香烛等物品，前往佛寺祈福。他们会在佛寺跪拜佛祖、听经文、滴水许愿，祈求全家平安、风调雨顺、五谷丰登。之后是浴佛活动，用准备好的清水替佛祖洗去尘埃。傣族人认为这样能洗去全身的晦气，迎接新年。此外，上午还有花车游行活动，景洪各机构、各村寨代表都将参加游行活动。下午是民间表演，向游客展示民族舞蹈。还将举行商品博览会和当地美食展销会。

วันที่ ๒ ภาษาไทลื้อเรียกว่าวันเนา แปลว่าวันว่าง ซึ่งเป็นวันที่ไม่ใช่ทั้งในปีเก่าหรือปีใหม่ วันนี้ชนชาติไตจะตื่นนอนแต่เช้า เพื่อเตรียมของไปขอพรที่วัด ซึ่งจะเตรียมขนม ข้าวเหนียว และธูปเทียนไปกราบไหว้พระ ฟังเทศน์ฟังธรรม และกรวดน้ำขอพรที่วัด การขอพรจะขอให้ครอบครัวปลอดภัย มีน้ำ มีข้าวปลาอาหารอุดมสมบูรณ์ หลังจากนั้น จะเป็นกิจกรรมสรงน้ำพระ โดยใช้น้ำสะอาดที่เตรียมไว้ลดชำระล้างฝุ่นให้พระพุทธรูป ชนชาติไตเชื่อว่าเป็นการชำระร่างกายให้สะอาดเพื่อพร้อมที่จะต้อนรับสิ่งดีๆ ในปีใหม่ นอกจากนั้น ตอนเช้ายังมีการเดินแห่ขบวนดอกไม้ โดยจะมีตัวแทนหมู่บ้านและหน่วยงานต่างๆ ในตำบลเชียงรุ่งเป็นผู้เข้าร่วมงาน งานนี้ได้รับความสนใจจากนักท่องเที่ยวเป็นอย่างมาก ตอนบ่ายจะมีการแสดงพื้นบ้าน งานแสดงสินค้าและขายอาหารพื้นเมือง

泼水节第三日，傣语称为“宛帕雅宛玛”，即“日子之王来到的日子”。大约在上午 10 点，澜沧江边将举行一场盛大的取圣水仪式。僧侣会在此诵读经文，祈求河神的庇佑，希望新的一年里风调雨顺、五谷丰登。仪式结束后，一位美丽的傣族女子将迎接圣水，并与游行队伍一同将其送至指定的泼水地点。这支队伍中不仅有僧侣、领导和政府官员，还有来自西双版纳的各族人民及游客。当圣水被送达，激动人心的泼水活动便正式拉开了帷幕。

วันที่ ๓ ภาษาไทลื้อเรียกว่า วันพญาวันมา ซึ่งเป็นวันที่พญาแห่งวันเสด็จมาถึง วันนี้จะเป็นวันเล่นน้ำสงกรานต์ ตอนเช้าประมาณ ๑๐ โมงจะมีพระสงฆ์มาสวดมนต์ ทำพิธีเชิญน้ำมนต์ที่บริเวณริมแม่น้ำโขง เพื่อเป็นการขอพรต่อพระแม่คงคาให้ช่วย

ปกปักรักษาประชาชนให้มีความอยู่เย็นเป็นสุข เมื่อทำพิธีเสร็จแล้วจะมีหญิงสาวมาตัดน้ำมนต์ขึ้น ขบวนแห่ไปที่ลานเล่นน้ำ ขบวนแห่จะนำโดยขบวนพระสงฆ์ หัวหน้าหมู่บ้าน เจ้าหน้าที่ภาครัฐ ประชาชนทุกเชื้อชาติของจังหวัดสิบสองปันนาและนักท่องเที่ยว หลังจากน้ำมนต์มาถึงลานเล่นน้ำก็เป็นสัญญาณว่าสามารถเล่นน้ำกันได้ทั่วทั้งเมือง

泼水节第三日，除了泼水活动以外，敬老活动也是不可缺少的。傣族子孙会在这天带上毫吉和毫糯索拜老人。毫吉是将糯米捣烂后捏成的圆形食物。毫糯索是将糯米粉和糖汁、水果混合后用芭蕉叶包裹蒸熟的食物。以前，人们只在泼水节吃毫吉和毫糯索，因此它们也被称作“泼水粑粑”。除了以上两种糯米甜品外，人们也会用家里编织的傣锦将香烛捆成方块，再放上钱，然后带着去拜老人，如爷爷奶奶、外公外婆。这种尊老的传统，一直流传到今天，并且会一直在傣族社会中延续下去。

วันที่ ๓ นอกจากเล่นน้ำสงกรานต์ การไปเยี่ยมญาติผู้สูงอายุเป็นกิจกรรมที่ขาดไม่ได้ ลูกหลานชนชาติไตจะเดินทางไปไหว้ญาติผู้สูงอายุที่บ้าน เวลาไปก็จะนำข้าวจี่และข้าวโลโซ่ไปไหว้ ข้าวจี่คือ อาหารที่นำข้าวเหนียวไปตำแล้ว ใช้มือทำเป็นรูปกลมๆ ข้าวโลโซ่คือ การนำข้าวเหนียวไปทำเป็นแป้งแล้วเติมน้ำตาลแดงและผลไม้ต่างๆ ห่อด้วยใบตองแล้วนำไปนึ่ง ถูกเรียกว่า “ขนมวันสงกรานต์” เพราะสมัยก่อนทำทานเฉพาะในช่วงวันสงกรานต์เท่านั้น นอกจากขนมสองอย่างนี้แล้ว ยังต้องนำเงิน และดอกไม้ธูปเทียนมัดด้วยผ้าทอที่ทำขึ้นเองไปไหว้ผู้สูงอายุ เช่น ไปบ้านปู่ย่า หรือบ้านตายาย ประเพณีการเคารพผู้สูงอายุนี้ ได้สืบทอดมาจนถึงทุกวันนี้ และจะสืบทอดต่อไปเรื่อยๆ ในสังคมชนชาติไต

泼水节拜老人（玉窝的　摄）
ไหว้ญาติผู้สูงอายุในเทศกาลสงกรานต์

村寨的泼水节活动较之于景洪城里的泼水节活动有所不同的是，其泼水活动通常在泼水节的第一天就进行。在这一天清晨，村民会携带糯米和香烛前往寺庙，为已故的亲人进行滴水祈福仪式。仪式结束后，便开始堆沙。每户傣族家庭都会从河里取沙带到寺庙，共同堆成一个沙塔。他们还会用家里的傣锦制作旗子，与香烛一同插在沙塔上。这一传统被称为“堆沙塔”，旨在感谢龙王赐水，祈求安居乐业。完成这些仪式后，村民们会从村里的水井中取水，洒在村里最大的菩提树上，为这棵树沐浴。随后，无论是大人还是小孩，都开始相互泼水嬉戏，享受这个欢乐的时光。

กิจกรรมเทศกาลสงกรานต์ในชนบทแตกต่างจากในเมืองเชียงรุ่งคือ การเล่นน้ำสงกรานต์ในชนบทโดยทั่วไปจะจัดขึ้นในวันแรกของเทศกาลสงกรานต์ ซึ่งในวันนี้ ตั้งแต่เช้ามืดชนชาติไตในหมู่บ้านทุกคนต้องนำข้าวเหนียว ดอกไม้ ธูปเทียน

ไปวัด เพื่อไปกรวดน้ำทำบุญอุทิศส่วนกุศลให้กับบรรพบุรุษที่ล่วงลับไปแล้ว เมื่อสวดมนต์เสร็จก็จะร่วมกันก่อเจดีย์ทราย โดยแต่ละบ้านจะต้องนำทรายจากในแม่น้ำมากองไว้ที่บริเวณวัด แล้วร่วมกันก่อเป็นเจดีย์ เมื่อได้เจดีย์แล้วให้นำผ้าทอที่ทำเองมาทำเป็นธง ปักไว้กับธูปเทียน ชนชาติไตเรียกกิจกรรมนี้ว่า "การก่อเจดีย์ทราย" การก่อเจดีย์ทรายเป็นการทำบุญให้กับมังกร ขอบคุณมังกรที่ให้น้ำไว้กินไว้ใช้ และขอพรให้อยู่เย็นเป็นสุข เมื่อทุกอย่างเสร็จสิ้น ชาวบ้านจะไปตักน้ำจากบ่อน้ำในหมู่บ้าน เพื่อไปรดที่โคนต้นโพธิ์ที่ใหญ่ที่สุดในหมู่บ้าน อาบน้ำให้กับต้นไม้ต้นนี้ จากนั้น ทั้งผู้ใหญ่และเด็กก็สามารถเริ่มสาดน้ำกันอย่างสนุกสนาน สนุกกับช่วงเวลาแห่งความสุขนี้

澜沧江边堆沙比赛（刀丽　摄）
การแข่งขันก่อกองทรายริมแม่น้ำโขง

如今西双版纳已成为一个蜚声海内外的旅游胜地，每年的泼水节庆典总能吸引无数游客纷至沓来。尽管时光流转，泼水节所承载的氛围与意义却历久弥新，民众对其的重视程度与期待之情依然如初。泼水节来临之际，傣族人民依旧沿袭古老的传统，精心缝制新衣，以备在寺庙祈福时或庆典当日穿着。他们参与的活动也一如既往地丰富多彩，包括前往寺庙祈福、堆沙塔、赛龙舟、赶摆活动、拜老人，以及欢快地泼水嬉戏等。

ปัจจุบัน สิบสองปันนาได้กลายเป็นสถานที่ท่องเที่ยวที่มีชื่อเสียงทั้งในและต่างประเทศ การเฉลิมฉลองเทศกาลสงกรานต์ สามารถดึงดูดนักท่องเที่ยวจำนวนมากมายให้มาเข้าร่วมการเฉลิมฉลอง แม้กาลเวลาจะหมุนเวียนเปลี่ยนไป แต่บรรยากาศและความหมายของเทศกาลสงกรานต์ยังคงดำรงอยู่เหมือนเดิม ความสำคัญและความคาดหวังของประชาชนที่มีต่อเทศกาลสงกรานต์ยังคงเหมือนเดิม เมื่อเทศกาลสงกรานต์มาถึง ชนชาติไตก็ยังคงรักษาและสืบสานประเพณีดั้งเดิมไว้ การตัดเย็บเสื้อผ้าใหม่อย่างพิถีพิถันเพื่อสวมใส่ในวันเข้าวัด การขอพรและการร่วมงานวันฉลองเฉลิม กิจกรรมที่ต้องเข้าร่วมยังคงมีสีสันและความหลากหลายอย่างเช่นเคย เช่น การทำบุญ ก่อเจดีย์ทราย แข่งเรือ งายปอย ไหว้ญาติผู้ใหญ่ และการเล่นน้ำอย่างสนุสนาน

第二节　傣族婚嫁仪式

ตอนที่ ๒　พิธีแต่งงานของชนชาติไต

傣族的婚礼是一种独特且富有民族特色的文化习俗，对于即将结为夫妻的男女双方及其家庭来说至关重要。这一传统习俗遵循着公序良俗。傣族人民深信，只有在得到双方长辈的认同后，男女双方才能交往、结婚，从而组建一个幸福的家庭，以避免分手或离婚。傣族的婚礼并非一蹴而就，而是需要经历一段时间的等待和一系列的仪式。这些仪式不仅有助于新郎新娘或夫妻之间的相互磨合，也是帮助他们适应彼此家庭、确保婚姻生活顺利的重要组成部分。

การแต่งงานเป็นพิธีกรรมทางวัฒนธรรมที่เป็นเอกลักษณ์และมีลักษณะเฉพาะ

อีกอย่างหนึ่งของชนชาติไต ซึ่งมีความสำคัญมากสำหรับชาย หญิงและครอบครัวทั้ง ๒ ฝ่าย งานแต่งงานมีวิธีปฏิบัติที่งดงาม อยู่ในกรอบของศีลธรรมอันดี ชนชาติไตเชื่อว่า การคบกันระหว่างหนุ่มสาวจะต้องอยู่ในสายตาผู้ใหญ่เสมอ การหมั้น การแต่งงาน หากได้รับความเห็นชอบจากผู้ใหญ่ทั้ง ๒ ฝ่าย เมื่อแต่งงานไปแล้วจะสามารถครองเรือนได้อย่างมีความสุข ไม่มีการหย่าร้างหรือแตกแยก พิธีการแต่งงานของชนชาติไตจะไม่สามารถเสร็จได้ภายในวันเดียว แต่จะมีระยะเวลาและมีพิธีกรรมอย่างต่อเนื่อง พิธีกรรมเหล่านี้เป็นพิธีกรรมที่ช่วยให้คู่บ่าวสาวหรือสามีภรรยาสามารถปรับตัวเข้าหากัน เรียนรู้ซึ่งกันและกัน และเรียนรู้ครอบครัวของแต่ละฝ่าย ซึ่งได้เป็นส่วนหนึ่งที่จะช่วยให้คู่บ่าวสาวสามารถครองรักกันได้อย่างราบรื่นนั่นเอง

在傣族的传统文化中，青年男女自由恋爱是一种古老而美丽的习俗。这种习俗体现了傣族人民对爱情的尊重，展示了他们独特的社交方式和生活哲学。傍晚，一天的劳作结束后，傣族姑娘在高脚楼下纺线，纺线不仅是她们的日常劳作，还是她们挑选意中人的重要时刻。而男青年则会坐在一旁观察这些勤劳而美丽的姑娘，挑选自己心仪的对象。傣族的婚嫁习俗中，男女双方都需要经过一个相互了解和选择的过程。这个过程既是对彼此性格和品质的考察，也是对双方家庭的了解。等男女双方开始更深入的交往时，男方才可以到女方家的火塘边与姑娘恋爱。火塘在傣族家庭中有着特殊的意义，它不仅是家庭生活的中心，也是家庭成员聚集和交流的地方。男子在火塘边与姑娘相会，也象征着他们正式融入了彼此的家庭和生活。在现代社会中，虽然傣族青年男女的恋爱方式也受到了外来文化的影响和冲击，但这种传统的自由恋爱习俗仍然被保留并传承至今。

ในวัฒนธรรมดั้งเดิมของชนชาติไต การคบหาและรักกันอย่างอิสระของหนุ่มสาวชนชาติไต ถือเป็นประเพณีที่เก่าแก่และงดงามอย่างหนึ่ง ประเพณีดังกล่าวสะท้อนให้เห็นถึงความเคารพต่อความรักและแสดงให้เห็นถึงวิถีชีวิตทางสังคมและปรัชญาชีวิตที่เป็นเอกลักษณ์ของชนชาติไต ตอนเย็นหลังจากทำนาเสร็จ สาวชนชาติไตจะนั่งปั่นด้ายอยู่ที่ใต้ถุนบ้าน การปั่นด้ายไม่เพียงแต่เป็นงานประจำวันของพวกเขาเท่านั้น

ยังเป็นช่วงเวลาสำคัญที่พวกเขาจะเลือกคนที่ถูกใจ เพราะจะมีบรรดาชายหนุ่มมานั่งมองสาวงามที่ขยันขันแข็งเหล่านี้ แล้วเลือกหญิงสาวที่ตนเองชื่นชอบ ตามประเพณีการแต่งงานของชนชาติไต ทั้งฝ่ายหญิงและฝ่ายชายต้องผ่านกระบวนการทำความรู้จักและเลือกคู่กัน กระบวนการนี้ไม่เพียงแต่เป็นการตรวจสอบบุคลิกภาพของกันและกันเท่านั้น แต่ยังเป็นการทำความเข้าใจของครอบครัวของทั้ง ๒ ฝ่ายด้วย เมื่อทั้งชายและหญิงเริ่มคบหากันแล้ว หากฝ่ายชายสามารถไปรักกับหญิงสาวที่ข้างเตาไฟบ้านฝ่ายหญิงได้ อาจจะแสดงว่าทั้ง ๒ ฝ่ายได้เข้ากับครอบครัวและใช้ชีวิตร่วมกันได้ เพราะเตาไฟมีความหมายพิเศษต่อครอบครัวชนชาติไต ไม่เพียงแต่เป็นศูนย์กลางของชีวิตครอบครัวเท่านั้น แต่ยังเป็นสถานที่ที่สมาชิกในครอบครัวมารวมตัวกันและแลกเปลี่ยนกัน ในสังคมชนชาติไตปัจจุบัน แม้ว่าวิธีคบหาและรักกันของหนุ่มสาวชนชาติไตได้รับอิทธิพลและผลกระทบจากวัฒนธรรมต่างถิ่น แต่ประเพณีความรักอิสระแบบดั้งเดิมนี้ยังคงมีการรักษาและสืบทอดไว้

过去，缺乏便捷的交通与通信手段，人们只能通过直接互动来加深对彼此的了解。当傣族男女双方相互钟情后，男方家长会邀请家中的长辈或亲戚到女方家，向他们探询是否愿意接纳这段姻缘。在去往女方家的那一天，男方会精心准备大约 1 千克的美酒和 2~3 包香烟作为见面礼。如果双方的交谈十分愉快，彼此都表示满意并接纳这段婚姻，男方就会请波章来为他们挑选订婚的吉日。到了订婚之日，男方会带着鸡肉或猪肉及 1 千克的美酒，到女方家共进晚餐，共同商讨女方出嫁时所需的彩礼。商议结束后，男方家会再次请波章为他们挑选结婚的良辰吉日。在那个物质条件相对落后的时代，婚礼当天女方和男方家都会宰杀一头猪来盛情款待宾客，男女双方各自在家中招待来客。具体的婚礼流程如下。

สมัยก่อน เนื่องจากไม่มีเทคโนโลยี การสื่อสาร การคมนาคมก็ไม่สะดวกสบายเหมือนในปัจจุบัน ดังนั้น หนุ่มสาวจะต้องเจอกัน เพื่อทำความรู้จักและพูดคุยกันเท่านั้น เมื่อทั้ง ๒ คุยกันถูกคอและเกิดความรู้สึกรักกัน ฝ่ายชายก็จะให้พ่อแม่ไปหาพ่อเฒ่าหรือพ่อจารย์ที่เป็นผู้อาวุโสของครอบครัวหรือญาติพี่น้อง

ในตระกูลไปถามพ่อแม่ฝ่ายหญิงว่าเห็นด้วยหรือไม่ที่จะให้เด็กทั้ง ๒ อยู่ด้วยกัน วันที่ผู้ใหญ่ฝ่ายชายเข้าไปหาผู้ใหญ่ฝ่ายหญิง ฝ่ายชายจะต้องนำเหล้าประมาณ ๑ กิโลกรัม และบุหรี่ ๒ ถึง ๓ ห่อไปด้วย หากพูดคุยตกลงกันได้แล้ว ฝ่ายชายจะกลับมาให้พ่อจารย์ดูฤกษ์หมั้นให้ พอถึงวันหมั้น ฝ่ายชายจะนำเนื้อไก่หรือเนื้อหมูและเหล้าประมาณ ๑ กิโลกรัม ไปทำเลี้ยงที่บ้านฝ่ายหญิง เพื่อปรึกษากันเรื่องสินสอดที่ฝ่ายหญิงต้องการ เมื่อได้ข้อสรุปแล้วก็จะกลับไปหาพ่อจารย์อีกครั้งเพื่อให้ท่านดูฤกษ์วันแต่งงานให้ ในยุคที่สภาพทางวัตถุค่อนข้างล้าหลัง เมื่อถึงวันแต่งงาน ทั้ง ๒ ฝ่ายจะต้องฆ่าหมูตัวหนึ่ง เพื่อนำไปเลี้ยงแขกที่มาเข่าร่วมในงาน โดยแต่ละฝ่ายต่างเลี้ยงแขกของตนที่บ้าน พิธีการในแต่ละวันมีขั้นตอนดังนี้

举行婚礼的第一天晚上 8 点，男方家需有两名以上的长辈陪同新郎，携带酒、鸡肉或猪肉前往女方家，以举行拴线仪式。这个仪式包括滴水祝福，寓意双方婚姻长久、互不争吵、生活幸福。仪式结束后，男方必须留宿女方家。第二天早上，新郎需在大家起床前赶回自己的家中。

วันแรก เวลาประมาณ ๒ ทุ่ม (เวลาจีน) ญาติผู้ใหญ่ฝ่ายชาย ๒ คนขึ้นไปจะเป็นผู้ไปส่งเจ้าบ่าวที่บ้านเจ้าสาว โดยนำเหล้าและเนื้อไก่หรือเนื้อหมูไปด้วย เพื่อทำพิธีการผูกข้อมือ ในพิธีการจะมีการรดน้ำสังฆ์และอวยพรให้กับบ่าวสาวให้ครองรักกันนานๆ ไม่ทะเลาะเบาะแว้งกัน อยู่กันอย่างสงบสุข เมื่อทำพิธีเสร็จฝ่ายเจ้าบ่าวก็ต้องนอนค้างอยู่ที่นั่น แต่เช้าวันต่อมาต้องกลับไปบ้านของตนเองก่อนที่จะมีใครตื่นขึ้นมาเจอ

第二天则是宴请宾客的日子。男方家会从早上宴请到晚上 8 点左右。届时，男方亲戚朋友会带上酒、肉等，将新郎送到新娘家中，并在女方家吃酒席到深夜。待将新郎新娘送入洞房后，男方亲戚朋友各自回家。

วันที่ ๒ เป็นวันกินเลี้ยงฉลอง จะมีการกินเลี้ยงกันที่บ้านเจ้าบ่าวตั้งแต่เช้าจนถึง ๒ หทุ่ม เมื่อถึง ๒ ทุ่ม ญาติผู้ใหญ่ฝ่ายเจ้าบ่าวจะไปส่งเจ้าบ่าวพร้อมกับเหล้าและเนื้อต่างๆ ที่บ้านเจ้าสาว และอยู่กินต่อที่บ้านเจ้าสาวจนดึก พอส่งเจ้าบ่าว

และเจ้าสาวเข้าหอแล้ว ถึงจะแยกย้ายกันกลับบ้านของตน

第三天，男方将迎来女方家人的拜访，此时男方需精心准备女方提出的彩礼，通常是一条精美的项链。女方一旦接受彩礼，便会详细记录其数量。随后，男方家中的长辈将带领新婚夫妇一一拜访男方亲戚，此时新娘需准备些水果或小礼品以示友好。女方到访时，男方亲戚会热情地赠送各种生活用品，如被子、衣物、饰品、大米和菜种等，寓意祝福与关爱。婚礼结束后，新郎需在新娘家生活至少八个月，最长可达三年，其间还需帮助女方家庭耕种。待新郎在新娘家的生活时间满足要求后，两人便可返回新郎家。回家后，他们需宰杀一头猪，并邀请长辈或重要宾客再次举行类似女方家的拴线仪式。仪式当天，女方家的亲朋好友将护送新郎新娘返回新郎家，并将结婚时男方家给予的彩礼全部带回。自此，新娘便正式成为新郎家的一员。这便是傣族传统的婚礼习俗。

วันที่ ๓ ฝ่ายเจ้าสาวจะเป็นฝ่ายมาหาเจ้าบ่าวที่บ้าน ฝ่ายเจ้าบ่าวจะต้องเตรียมสินสอดที่ฝ่ายเจ้าสาวเรียกไว้ให้พร้อม สินสอดส่วนมากจะเป็นสร้อยคอ เมื่อเจ้าสาวได้รับสินสอดแล้วจะทำการจดบันทึกเอาไว้ หลังจากนั้นผู้ใหญ่ทางเจ้าบ่าวจะพาเจ้าสาวและเจ้าบ่าวไปบ้านญาติๆ โดยฝ่ายเจ้าสาวจะต้องเตรียมผลไม้หรือของเล็กๆ น้อยๆ ไปด้วย ส่วนบ้านญาติฝ่ายเจ้าบ่าว เมื่อฝ่ายเจ้าสาวไปถึงก็จะต้อง เตรียมข้าวของเครื่องใช้ไว้ให้ เช่น ผ้าห่ม เสื้อผ้า เครื่องแต่งกาย ข้าวและเมล็ดผักไว้ให้กับฝ่ายเจ้าสาว เพื่อเป็นการแสดงความอวยพรและห่วงใย หลังจากเสร็จงาน เจ้าบ่าวจะต้องไปทำนาและอาศัยอยู่บ้านเจ้าสาวเป็นเวลาอย่างน้อย ๘ เดือน หรือมากสุด ๓ ปี เมื่อครบกำหนดเวลาแล้ว ฝ่ายชายจะกลับมาบ้านพร้อมกับฝ่ายหญิงและทำการฆ่าหมูเพื่อนำไปจัดงานเลี้ยงใหญ่ โดยจะมีผู้เฒ่าหรือพ่อจารย์มาผูกข้อมือให้เหมือนตอนไปบ้านฝ่ายหญิง ในวันนี้ ญาติฝ่ายหญิงต้องเป็นผู้มาส่ง และต้องนำสินสอดทั้งหมดที่ฝ่ายชายให้กลับมาด้วย ตั้งแต่นั้นไป เจ้าสาวก็ได้กลายเป็นสมาชิกของครอบครัวเจ้าบ่าวอย่างเป็นทางการ และนี่คือพิธีการวันแต่งงานในอดีต

随着时代的演变和社会的发展，傣族的婚俗也在悄然发生改变。如今，村长不仅是婚礼的司仪，还扮演着记账先生的角色，既要见证男女双方的深情厚谊，又要承担起记录彩礼明细的职责。彩礼的详尽记录，不仅明确了双方的经济责任，而且在婚姻破裂时，也成为进行合理清算的依据。这种做法深刻体现了傣族社会对婚姻稳定性和责任感的重视。

เนื่องจากการพัฒนาของยุคสมัยและสังคม ทำให้ประเพณีการแต่งงานของชนชาติไตก็ค่อยๆ เปลี่ยนไปด้วย ซึ่งปัจจุบันผู้ใหญ่บ้านไม่ได้เป็นเพียงพิธีกรในงานแต่งงานเท่านั้น แต่ยังมีบทบาทเป็นนายทำบัญชีด้วย ทั้งต้องเป็นสักขีพยานในความรักอันลึกซึ้งของทั้งฝ่ายชายและฝ่ายหญิง และต้องรับหน้าที่บันทึกรายละเอียดของสินสอด การบันทึกรายละเอียดของสินสอด ไม่เพียงแต่แสดงฐานะความรับผิดชอบต่อสังคมของทั้งสองฝ่ายแล้ว แต่ยังสามารถเป็นบัญชีจัดการทรัพย์สินอย่างถูกต้องหากเกิดการหย่าร้างกัน การทำเช่นนี้สะท้อนให้เห็นถึงความมั่นคงและความรับผิดชอบที่สังคมชนชาติไตมีต่อชีวิตการสมรส

过去，男方在结婚后需在女方家居住八个月到三年，这一传统正在逐渐被打破。现在的傣族青年结婚后，可以根据自己的意愿选择是否居住在女方家。这种变化不仅彰显了现代社会对个体自由和选择的尊重，也展示了傣族婚俗在适应时代变迁中的灵活性和包容性。

ในอดีต ฝ่ายชายต้องอาศัยอยู่บ้านของฝ่ายหญิงระหว่าง๓ ปีหรือ ๘ เดือนหลังจากแต่งงาน ประเพณีนี้เริ่มค่อยๆ หายไป ซึ่งปัจจุบันหลังแต่งงานสามารถเลือกได้ว่าจะอยู่บ้านฝ่ายหญิงหรือไม่อยู่ก็ได้ ตามความต้องการของครอบครัว ซึ่งการเปลี่ยนแปลงนี้ ไม่เพียงแต่แสดงถึงการเคารพเสรีภาพและทางเลือกของปัจเจกบุคคลในสังคมชนชาติไตสมัยใหม่เท่านั้น ยังแสดงให้เห็นถึงความยืดหยุ่นในการยอมรับและการปรับตัวให้เข้ากับยุคสมัยที่เปลี่ยนแปลงไปของประเพณีการแต่งงานของชนชาติไต

此外，在传统傣族社会中，婚姻多限于同村之内，鲜有外村或异族通婚之例。如今，傣族女性已非如昔日那般局限于本村之内。她们或因求学、工作，或因情感之需，纷纷外嫁，甚至远嫁外省。与此同时，村寨中也出现了不少外来媳妇的身影，她们或许来自邻村，或许来自遥远的他乡。值得一提的是，这些外来媳妇中，有的还来自缅甸、老挝等邻国。

นอกจากนี้ ในสังคมดั้งเดิมของชนชาติไต การแต่งงานส่วนใหญ่จะอยู่ในหมู่บ้านเดียวกัน กรณีที่แต่งงานกับคนหมู่บ้านอื่นหรือชนชาติอื่นมีน้อย แต่ปัจจุบันผู้หญิงชนชาติไต ไม่ได้จำกัดอยู่แค่ในหมู่บ้านตัวเองเหมือนแต่ก่อนแล้ว เนื่องจากการออกไปเรียนหนังสือ ไปทำงานหรือแต่งงานกับคนต่างถิ่นหรือต่างมณฑล ขณะเดียวกันก็มีลูกสะใภ้ต่างถิ่นปรากฏตัวในหมู่บ้านจำนวนมาก พวกเขาอาจมาจากหมู่บ้านที่ใกล้ๆ หรืออาจมาจากเมืองอื่นที่ห่างไกลและในบรรดาลูกสะใภ้ต่างถิ่นเหล่านี้ บางคนยังมาจากประเทศเพื่อนบ้านอีกด้วย เช่น ประเทศพม่า ประเทศลาวเป็นต้น

西双版纳傣族的婚俗变迁，既保留了传统文化的精髓，又融入了现代社会的元素。这种传统与现代的融合，不仅丰富了傣族文化的内涵，也为当地社会的和谐发展注入了新的活力。

การเปลี่ยนแปลงของประเพณีการแต่งงานของชนชาติไตสิบสองปันนาได้รักษาวัฒนธรรมดั้งเดิมและได้นำวัฒนธรรมใหม่ๆ ในสังคมปัจจุบันเข้ามาผสมผสานการกลมกลืนระหว่างประเพณีดั้งเดิมกับความทันสมัยนี้ ไม่เพียงเสริมสร้างวัฒนธรรมของชนชาติไต แต่ยังเสริมสร้างพลังใหม่ในการสร้างสังคมท้องถิ่นให้มีการพัฒนาไปได้อย่างสงบราบรื่น

第三节 傣族丧葬仪式

ตอนที่ ๓ พิธีงานศพของชนชาติไต

傣族的葬礼是他们传统文化中极为重要的一环，它不仅是向逝去的亲人表达敬意的仪式，更是为亡者祈福，希望他们能顺利通往幸福的新世界或极乐之地的过程。傣族葬礼主要以火化形式进行，火化后家人为逝者做功德，以此纪念和缅怀逝去的亲人。

งานศพเป็นส่วนสำคัญอย่างหนึ่งในวัฒนธรรมดั้งเดิมของชนชาติไต เพราะเป็นพิธีกรรมที่แสดงการให้เกียรติกับผู้ที่เสียชีวิต และส่งผู้เสียชีวิตให้ไปสู่ภพภูมิใหม่ที่ดี ที่สงบและไปสู่สรวงสวรรค์ตามความเชื่อของชนชาติไต ชนชาติไตจะทำการฌาปนกิจศพโดยการเผา ซึ่งหลังจากฌาปนกิจศพแล้วก็จะมีการทำบุญให้กับผู้เสีย

在傣族的村寨中，每个村寨都设有两个专门的火葬场，分别用于成年人和婴孩。这些火葬场多位于山上或森林深处，每个村寨都有其固定的地点，象征着与尘世的隔离和通向另一个世界的通道。非本村村民或非正常死亡的逝者则不得在村内火葬场进行火化。

ในหมู่บ้านชนชาติไต สถานที่ฌาปนกิจศพจะแบ่งออกเป็น ๒ แห่ง แห่งแรกจะใช้ฌาปนกิจศพผู้ใหญ่ แห่งที่ ๒ ใช้สำหรับฌาปนกิจศพเด็ก สถานที่ฌาปนกิจศพส่วนใหญ่จะอยู่บนภูเขา หรือในป่าลึกรอบๆ หมู่บ้าน ซึ่งทุกหมู่บ้านจะมีที่ฌาปนกิจศพประจำหมู่บ้าน เป็นสัญลักษณ์ของช่องทางที่ไปจากโลกนี้และไปสู่โลกใหม่ หากผู้เสียชีวิตไม่ได้เสียชีวิตตามธรรมชาติ จะห้ามนำศพไปฌาปนกิจที่โรฌาปนกิจศพในหมู่บ้าน และผู้ที่เสียชีวิตที่ไม่ใช่คนในหมู่บ้าน แม้จะเสียชีวิตในหมู่บ้านก็ไม่สามารถนำไปฌาปนกิจที่โรงฌาปนกิจศพในหมู่บ้านได้เช่นกัน

尽管傣族的葬礼仪式看似简洁，但其中蕴含的意义却十分丰富。若逝于特定的日子里，如傣历的每月 15 日或 30 日，逝者被视为离世于吉祥之日，必须立刻进行火葬。否则，逝者可以放置一天后再行火化。在火化前，逝者会被沐浴更衣，手指和脚趾用白线绑住，然后安放在用竹子或木头制成并铺上白布的床上，抬往火葬场。火葬场被视为女性的禁地，只允许男性进出。

แม้ว่าขั้นตอนพิธีงานศพจะเป็นแบบเรียบง่าย แต่มีความหมายที่ลึกซึ้งแฝง

อยู่ บ้านใดมีผู้เสียชีวิตก็จะต้องดูว่าวันนั้นเป็นแรม ๑๕ ค่ำหรือ ๓๐ ค่ำ หรือไม่ ถ้าใช่วันดังกล่าวบ้านนั้นต้องฌาปนกิจศพให้เสร็จภายในวันนั้นเลย เพราะถือว่าเป็นวันมงคลของชนชาติไต แต่ถ้าไม่ใช่ก็สามารถนำศพไว้ข้ามวันข้ามคืนได้ ขั้นตอนแรกของงาน เป็นการอาบน้ำศพและเปลี่ยนเสื้อผ้าใหม่ๆ ให้กับผู้เสียชีวิต เมื่อเปลี่ยนเสื้อผ้าให้กับผู้เสียชีวิตเสร็จแล้วก็จะนำสายสิญจน์มาผูกที่นิ้วหัวแม่มือและนิ้วเท้าทั้ง ๒ ข้าง หลังจากนั้นก็นำไม้ไผ่หรือไม้มาทำเป็นเตียง เอาผ้าสีขาวปูไว้ข้างบน แล้วก็นำร่างผู้เสียชีวิตมาวางไว้ เพื่อยกไปที่ฌาปนกิจ ผู้หญิงจะไม่สามารถเข้าไปในบริเวณฌาปนกิจศพได้ เข้าไปได้แต่ผู้ชายเท่านั้น

出殡的时候佛爷走在队伍前面，一边诵经一边前行，为逝者祈福超度。到达火葬场后，逝者的长子需要割断绑在逝者手指和脚趾上的白线，象征着希望逝者不再牵挂生者，能安心前往另一个世界。随后，逝者亲戚将逝者抬到火葬场，堆上木头，点燃火把，开始火化。火化后，逝者亲戚会前往佛寺为逝者祈祷，之后请佛爷来到逝者家中为其家人诵经和拴线。

ตอนที่ไปฌาปนกิจศพจะมีพระเดินหน้าขบวน ขณะเดินจะทำการสวดมนต์ไปด้วย พอไปถึงที่ฌาปนกิจศพแล้วลูกชายคนโตก็จะนำมีดมาตัดสายสิญจน์ที่ผูกไว้ที่นิ้วมือและนิ้วเท้าทั้ง ๒ ข้าง เพื่อไม่อยากให้ผู้เสียชีวิตเป็นห่วงคนที่มีชีวิตอยู่ หลังจากนั้น ญาติพี่น้องผู้ชายจะช่วยกันเคลื่อนย้ายศพไปวางไว้ที่ฌาปนกิจ เสร็จแล้วก็จุดไฟ เมื่อฌาปนกิจศพเสร็จแล้วญาติพี่น้องต้องไปสวดมนต์ที่วัดและนิมนต์พระมาที่บ้าน เพื่อมาผูกข้อมือและสวดมนต์ให้กับทุกคนที่อาศัยอยู่ในบ้าน

在葬礼结束后的七天内，家中的长子要搬到逝者的房间去住，亲朋也会住在逝者家中与其家人做伴。在特定的节日里，如入夏节、解夏节和功德日，逝者子孙们会带着各种祭品到佛寺为逝者祈福，并将逝者生前的物品带到寺庙烧给逝者。

หลังจากนั้น ๗ วัน หากผู้เสียชีวิตเป็นผู้สูงอายุ ลูกชายคนโตจะต้องย้ายเข้าไป

อยู่ในห้องของผู้ที่เสียชีวิตไปแล้ว ญาติพี่น้องจะมาเฝ้าและอยู่เป็นเพื่อน พอถึงวันเข้าพรรษาและวันออกพรรษาหรือวันทำบุญใหญ่ ลูกหลานจะนำของต่างๆ ไปทำบุญที่วัดและนำของผู้เสียชีวิตไปเผาให้กับผู้เสียชีวิต

如果村寨里有人去世，全村每户人家至少会有一人带着木柴、大米和钱到逝者家中帮忙。待逝者火化结束后，其亲人会宰猪或宰牛以答谢帮忙的街坊邻居，为期 2~3 天。现在，景洪市的傣族村寨里已经没有火葬场，村里有人去世后统一送到殡仪馆火化，之后在家里举行祭拜仪式。

ปัจจุบันนี้ หากบ้านไหนมีผู้เสียชีวิต คนในหมู่บ้านอย่างน้อยครอบครัวละ ๑ คนจะมาช่วยงาน จะนำฟืน ข้าวและเงินมาช่วย พอเสร็จจากการฌาปนกิจศพ บ้านผู้เสียชีวิตจะต้องฆ่าหมูและวัว ทำการเลี้ยงผู้ที่มาช่วยงานประมาณ ๒ ถึง ๓ วัน สำหรับสถานที่ฌาปนกิจศพ ปัจจุบันที่เมืองเชียงรุ่งแต่ละหมู่บ้านจะไม่มีที่ฌาปนกิจศพในหมู่บ้านอีกแล้ว ชาวบ้านจึงจำเป็นต้องไปฌาปนกิจศพที่โรงฌาปนกิจศพของรัฐ เมื่อฌาปนกิจศพเสร็จแล้วก็จะกลับมาทำบุญที่บ้าน

7

第七章　西双版纳傣族舞蹈

บทที่ ๖ การฟ้อนรำของชนชาติไตสิบสองปันนา

舞蹈是傣族一种独特的艺术表达方式，它深深植根于傣族人民的生活和文化之中，成为他们生活中不可或缺的一部分。傣族舞蹈不仅是一种艺术表演形式，更是一种文化传承和精神寄托。傣族人民的历史、信仰和生活也通过舞蹈的形式传递给后代。

การฟ้อนรำถือเป็นศิลปะที่เป็นเอกลักษณ์อีกอย่างหนึ่งของชนชาติไต ที่ฝังรากลึกอยู่ในชีวิตและวัฒนธรรมของชนชาติไต จนกลายเป็นส่วนสำคัญในชีวิตของพวกเขา การฟ้อนรำชนชาติไตจึงไม่ใช่แค่รูปแบบการแสดงทางศิลปะเท่านั้น แต่ยังเป็นการสืบทอดวัฒนธรรมและสิ่งยึดเหนี่ยวจิตใจอีกด้วย การฟ้อนรำของชนชาติไตเป็นรูปแบบการถ่ายทอดประวัติศาสตร์ ความเชื่อ และวิถีชีวิตของชนชาติไต ต่อให้กับคนรุ่นหลังให้ได้สืบทอดต่อไป

第一节　傣族孔雀舞
ตอนที่ ๑　การฟ้อนรำนกยูงของชนชาติไต

孔雀舞源于傣族人对于古代一种鸟的崇拜。傣族人的典籍中记载，这是一种人头雀身的鸟，它与古代傣族人有着血缘关系，孔雀舞就源于这种鸟。跳孔雀舞时需要戴着面具，然后用孔雀尾巴来装饰服装。关于孔雀舞的传说还有以下几种：

การฟ้อนนกยูงเริ่มมาจากการบูชานกโบราณชนิดหนึ่งของชนชาติไต ซึ่งเชื่อกันว่านกยูงชนิดนี้มีหัวเหมือนคน และมีความสัมพันธ์ทางสายเลือดกับชนชาติไตโบราณ ดังนั้น การฟ้อนนกยูงจึงได้ถอดแบบมาจากกริยาท่าทางของนกยูงชนิด

นี้ ในอดีต การฟ้อนรำผู้แสดงจะใส่หน้ากากและใช้หางนกยูงมาตกแต่งเสื้อผ้าการแสดง การฟ้อนรำนกยูงมีตำนานที่เกี่ยวข้องมากมายดังนี้

传说傣族召片领召麻栗看见孔雀动作像是随着野果落水的声音和水中小鱼饮水的声音而翩翩起舞，他便用鼓、锣和钹来模仿这些声音，并模仿孔雀的姿势，一种美丽的舞蹈就这样产生了，人们将这种舞蹈称作“孔雀舞”，后来在傣族的节日庆典中也经常出现孔雀舞。

เล่ากันว่า มีพระเจ้าแผ่นดินของชนชาติไตนามว่า เจ้าหม่าซู ท่านได้สังเกตเห็นนกยูงทำกิริยาท่าทางเหมือนการร่ายรำ ในขณะนั้น ก็มีเสียงผลไม้ที่ร่วงล่นลงกระทบบนผิวน้ำและมีเสียงปลาที่แหวกว่ายอยู่ในน้ำ ท่านจึงได้นำเครื่องดนตรีจำพวกกลอง ฆ้องและฉาบมาเทียบเลียนเสียง และได้เลียนแบบกิริยาท่าทางของนกยูง จึงทำให้เกิดท่าฟ้อนรำที่งดงามขึ้น เรียกการฟ้อนรำชนิดนี้ว่า การฟ้อนรำนกยูง เราจะเห็นการฟ้อนรำนกยูงได้ในงานฉลองเทศกาลต่างๆ ของชนชาติไต

在宗教传说里，孔雀想要拜见佛陀，但是佛陀被人群包围，孔雀无法靠近，为了吸引人群的注意，孔雀便在人群外围跳起了美丽的舞蹈，人们被孔雀的舞蹈所吸引，于是纷纷给孔雀让路，孔雀为表示自己对佛陀的尊敬，便将自己美丽的羽毛献给了佛陀，于是产生了孔雀舞并流传至今。

ในด้านศาสนาเชื่อกันว่า ครั้งหนึ่งนกยูงอยากเห็นพระพุทธเจ้า แต่เนื่องจากมีผู้คนรายล้อมอยู่เป็นจำนวนมาก ทำให้นกยูงไม่สามารถเข้าถึงพระองค์ได้ นกยูงจึงได้ทำการฟ้อนรำอย่างสวยงามเพื่อดึงดูดผู้คนที่อยู่บริเวณนั้น เมื่อผู้คนเริ่มหันมาสนใจการฟ้อนรำของนกยูง ก็เป็นเหมือนการเปิดทางให้นกยูงสามารถเข้าไปเฝ้าพระพุทธเจ้าได้ เพื่อแสดงการเคารพและศัทธาต่อพระพุทธเจ้า นกยูงได้นำขนอันสวยงามของตนถวายให้กับพระพุทธเจ้า นับตั้งแต่นั้นเป็นต้นมาจึงได้เกิดการฟ้อนรำนกยูงขึ้นและสืบทอดมาจนถึงปัจจุบัน

在上述两个传说中，大部分傣族人更加认同第二个传说，即孔雀舞源自孔雀拜见佛陀的故事。这缘于傣族人对佛教的信仰，南传上座部佛教传入西双版纳后对傣族人的思想和文化产生了影响，傣族人在学习佛经时，如同温柔、美丽的孔雀，这也提高了傣族人对孔雀舞的认同感。

จากตำนานที่ได้กล่าวมาทั้งสอง ชนชาติไตส่วนใหญ่จะเชื่อว่าต้นกำเนิดของการฟ้อนรำนกยูงมาจากเรื่องที่เกี่ยวกับพระพุทธเจ้ามากกว่า ซึ่งเกิดจากความศรัทธาของชนชาติไตที่มีต่อพระพุทธศาสนา ชนชาติไตมีความเชื่อว่า พระพุทธศาสนานิกายเถรวาทที่เผยแพร่เข้ามาในสิบสองปันนานั้นได้ส่งผลต่อความคิดและศิลปวัฒนธรรมของชนชาติไต และเห็นว่าเมื่อชนชาติไตศึกษาพระไตรปิฎกนั้น มีความคล้ายคลึงกับความอ่อนโยนและความสวยสง่าของนกยูง จึงทำให้เกิดความชื่นชอบการฟ้อนรำนกยูงเป็นอย่างมาก

孔雀舞的舞姿有着鲜明的特征，跳舞时会将身体的各个部分巧妙地融合，如手、手臂、头部和身体。传统的孔雀舞舞者为男性，大部分舞蹈动作里会把躯干和手呈三曲线姿势，舞蹈表演时也更为注重轻盈的步法、身体的协调性和孔雀般传神的眼神，舞蹈节奏也时而柔和时而坚韧。

ลักษณะท่าฟ้อนรำนกยูงมีลักษณะที่โดดเด่น และมีท่าฟ้อนที่หลากหลาย เวลาฟ้อนรำต้องใช้องค์ประกอบของร่างกายทุกส่วนในการแสดง เช่น มือ แขน ศีรษะและลำตัว การฟ้อนนกยูงในอดีตจะใช้ผู้ชายเป็นผู้ฟ้อน ท่าฟ้อนส่วนใหญ่จะเป็นการทำให้ลำตัวกับมือเป็นท่า ๓ โค้ง เมื่อฟ้อนรำจะเน้นการวางเท้าเบาๆ และมีความยืดหยุ่นสายตาของผู้แสดงต้องเลียนแบบเหมือนนกยูง จังหวะเต้นต้องเดี๋ยวอ่อนโยนเดี๋ยวแข็ง

传统孔雀舞服饰（刀丽　摄）

ชุดการฟ้อนนกยูงสมัยก่อน

在传统的孔雀舞中，表演者会伴随着由鼓、锣和钹合成的节拍起舞，舞者多为 1~2 名男性，表演时需佩戴金色的帽子和面具。如果是双人舞，其中一名舞者会佩戴代表男性的面具，另一名舞者则佩戴代表女性的面具并穿着由孔雀羽毛制成的舞服。传统的男性孔雀舞动作柔美曼妙，会让观众忘记他们是男子。跳舞时，舞者使用线来拴住孔雀的翅膀，模仿孔雀洗澡、散步、慢跑等姿势和生活习性。

การฟ้อนนกยูงในอดีต จะใช้เครื่องดนตรีประเภทกลอง ฆ้องและฉาบในการประกอบจังหวะ ส่วนผู้แสดงส่วนมากจะเป็นผู้ชาย ๑ ถึง ๒ คน ผู้แสดงต้องสวมหมวกสีทอง ใส่หน้ากาก ถ้ามีผู้แสดง ๒ คน คนหนึ่งจะใส่หน้ากากเป็นชายอีกคนจะใส่หน้ากากเป็นหญิงและสวมชุดที่ทำจากขนนกยูง ถึงแม้ว่าผู้แสดงจะเป็นผู้ชาย แต่เมื่อได้ดูการแสดงแล้วผู้ชมอาจจะลืมไปเลยว่าผู้ที่ทำการแสดงเป็นผู้ชาย เพราะการแสดงที่ถ่ายทอดออกมาอ่อนโยนและอ่อนช้อยสวยงามมาก ในการแสดงผู้แสดงจะใช้ด้ายในการดึกปีกออกให้เหมือนนกยูง และทำการแสดงเลียนแบบพฤติกรรมของนกยูง เช่น การอาบน้ำ เดินเล่นหรือวิ่งเล่นเป็นต้น

在傣族一年一度的“泼水节”赶摆场，孔雀舞是不可或缺的节目。每当这时，傣族人民都会聚集在一起，敲响锣，打起象脚鼓，跳起“孔雀舞”，时不时传来“水”“水”“水”的欢呼声。孔雀舞的表演不仅展示了傣族人民对孔雀的崇敬和喜爱，也表达了他们对美好生活的向往和追求。在这个特殊的节日里，他们通过跳孔雀舞的方式，庆祝新年的到来，祈求来年的丰收和幸福。

งานปอยของในเทศกาลสงกรานต์ประจำปีของชนชาติไต การฟ้อนนกยูงเป็นชุดการแสดงที่ขาดไม่ได้ เมื่อชนชาติไตจะรวมตัวกัน ตีฆ้อง ตีกลอง ฟ้อนนกยูง เสียงเชียร์ “สุ้ย” “สุ้ย” “สุ้ย” ดังมาเป็นระยะๆ การแสดงฟ้อนนกยูงนอกจากได้แสดงถึงความเลื่อมใสศรัทธาและรักนกยูงแล้ว ยังได้แสดงถึงความปรารถนาและแสวงหาชีวิตที่ดีของชนชาติไตอีกด้วย ในประเพณีเทศกาลแพิเศษนี้พวกเขาจะเฉลิมฉลองการมาถึงของปีใหม่ และอธิษฐานถึงการเก็บเกี่ยวและการเต็มไปด้วยความสุขในปีใหม่โดยวิธีการฟ้อนนกยูง

现在，孔雀舞仍是傣族最璀璨的舞蹈艺术之一，但其表演形式随着时代的变迁也发生了变化。舞蹈动作开始更突出舞者的想象力，舞姿逐渐多样和艺术化，孔雀舞者也逐渐从男性变为女性。但节日习俗中的孔雀舞表演仍然保留了传统的形式，并在节日活动中代代传承下来。

ปัจจุบัน การฟ้อนนกยูงยังคงเป็นหนึ่งในศิลปการแสดงที่โดดเด่นของชนชาติไต แต่รูปแบบการแสดงได้มีการเปลี่ยนแปลงไปตามยุคสมัย ท่าฟ้อนเริ่มเปลี่ยนไปมาก ซึ่งท่าฟ้อนส่วนใหญ่มาจากจินตนาการของผู้แสดง และมีความหลากหลายมากขึ้น นอกจากนี้ ผู้แสดงได้เปลี่ยนเป็นผู้หญิงทำการแสดงแทนผู้ชาย แต่การแสดงฟ้อนนกยูงตามประเพณีในงานเทศกาลยังคงรักษารูปแบบดั้งเดิมไว้และสืบทอดกันมาจากรุ่นสู่รุ่นโดยผ่านงานเทศกาลต่างๆ

第二节　傣族象脚鼓舞

ตอนที่ ๒　การฟ้อนรำกลองเท้าช้างของชนชาติไต

象脚鼓舞作为傣族传统文化的重要组成部分，不仅丰富了傣族人民的精神生活，也为世人展示了一种独特而富有魅力的民族风情。其因挎着形似象脚的鼓起舞，故称象脚鼓舞，2008 年被列入第二批《国家级非物质文化遗产代表性项目名录》。对于傣族男子而言，学习打象脚鼓是他们从小必修的课程，象征着傣族传统文化的传承与发扬。

การฟ้อนรำกลองเท้าช้างเป็นส่วนประกอบที่สำคัญของวัฒนธรรมดั้งเดิมของชนชาติไต ซึ่งไม่เพียงแต่ช่วยเสริมสร้างชีวิตความเป็นอยู่ทางด้านจิตใจของชนชาติไตเท่านั้น แต่ยังแสดงให้ทั่วโลกได้เห็นถึงวัฒนธรรมพื้นเมืองที่มีเอกลักษณ์และมีเสน่ห์อีกด้วย เนื่องจากเป็นการฟ้อนรำคร่อมกลองที่มีรูปร่างเหมือนเท้าช้าง การฟ้อนรำนี้จึงเรียกว่าการฟ้องรำกลองเท้าช้าง ในปี ค.ศ. ๒๐๐๘ การฟ้อนรำกลองเท้าช้างนี้ได้รับการขึ้นทะเบียนเป็นมรดกทางวัฒนธรรมที่จับต้องไม่ได้ของประเทศชุดที่ ๒ สำหรับผู้ชายชนชาติไต การเรียนตีกลองเท้าช้างเป็นหลักสูตรวิชาบังคับมาตั้งแต่เด็ก ซึ่งถือเป็นสัญลักษณ์ของการสืบทอดและการพัฒนาวัฒนธรรมดั้งเดิมของชนชาติไต

明代钱古训所撰《百夷传》中写道：“铜铙、铜鼓、响板、大小长皮鼓，以手拊之，与僧道乐颇等者，车里乐也。”[①] 大小长皮鼓即今天的象脚鼓。此外，关于象脚鼓的起源，民间流传着一个引人入胜的故事。在很久

① （明）钱古训，撰，江应梁，校注：《百夷传校注》，云南人民出版社 1980 年版。

以前，傣族地区饱受洪水肆虐之苦，人们生活在恐惧与不安之中。后来，他们发现这一切的祸根竟是一条作祟的蛟龙。一位英勇的傣族青年，为了民众的福祉，立志消灭这条恶龙。在乡亲们的协助下，他终于斩除了这个祸害。为了庆祝胜利，并表达对美好生活的向往，人们剥下孽龙的皮，仿照象征吉祥的白象的脚，制作了象脚鼓。象脚鼓的声音响彻傣家村寨，表达了傣族人民的欢乐心情。自此，每当象脚鼓声响起，傣家村寨都沉浸在欢乐的氛围中，男女老少都会欢快地跳起舞来。敲鼓人不仅要有精湛的敲鼓技巧，还要具备出色的舞蹈才能。他们边敲鼓边舞蹈，鼓声时紧时缓，节奏明快，引领着整个舞蹈的节奏和氛围。

เฉียนกู่ซู่นของสมัยราชวงศ์หมิง ได้บันทึกในชีวประวัติเปี๋ยหยีว่าฉาทองแดง กลองทองแดง บอร์ดเสียง กลองหนังยาวทั้งขนาดใหญ่และขนาดเล็ก ที่ใช้มือตี และคล้ายกับดนตรีของพระสงฆ์นั้น คือดนตรีเชอหลี่ (ชื่อเดิมของเมืองเชียงรุ่ง) ซึ่งกลองหนังขนาดยาวที่กล่าวถึงนี้ ก็คือกลองเท้าช้างในปัจจุบัน นอกจากนี้ ยังมีเรื่องราวที่ชาวบ้านเล่าขานกันเกี่ยวกับที่มาของกลองเท้าช้างที่น่าสนใจอีกด้วย มีการเล่าขานกันว่า นานมาแล้วพื้นที่ชนชาติไตได้รับความเดือดร้อนจากน้ำท่วมที่รุนแรง ผู้คนอาศัยอยู่ด้วยความหวาดกลัวและไม่สบายใจ ต่อมาพวกเขาได้รู้ว่าจริงๆ แล้ว สาเหตุของเรื่องทั้งหมดนี้เกิดขึ้นจากมังกรร้ายตัวหนึ่ง จึงมีชายหนุ่มผู้กล้าหาญคนหนึ่งได้มุ่งมั่นที่จะกำจัดมังกรชั่วร้ายตัวนี้ เพื่อความสงบสุขของชาวบ้าน และด้วยความช่วยเหลือจากชาวบ้าน ในที่สุด เขาก็สามารถกำจัดมังกรร้ายได้สำเร็จ เพื่อเป็นการฉลองชัยชนะและแสดงถึงความมีชีวิตที่ดีขึ้นในภายภาคหน้า ชาวบ้านจึงได้หล่อกลองที่มีรูปร่างเป็นเหมือนเท้าของช้างเผือก ซึ่งถือเป็นสัญลักษณ์แห่งความโชคดี และได้หลอกหนังมังกรมาทำเป็นหนังกลอง จากนั้นเสียงกลองเท้าช้างก็ดังกล้องไปทั่วในหมู่บ้าน เพื่อเป็นการแสดงถึงการมีความสุขของชนชาติไต นับตั้งแต่นั้นเป็นต้นมาเมื่อได้ยินเสียงกลองเท้าช้าง หมายถึงว่าชนชาติไตกำลังอยู่ในบรรยากาศแห่งความสุข และผู้คนทุกเพศทุกวัยต่างจะร่วมกันฟ้อนรำอย่างมีความสุข ผู้ตีกลองไม่เพียงแต่ต้องมีทักษะในการตีกลองที่ชำนาญเท่านั้น แต่ยังต้องมีความสามารถในการฟ้อนรำ

ด้วย เพราะพวกเขาต้องตีกลองไปและฟ้อนรำไป ด้วยเสียงกลองที่เปลี่ยนไปมาเดี๋ยวเร็วเดี๋ยวช้า ทำให้บรรยากาศและจังหวะในการฟ้อนรำดูมีชีวิตชีวามากขึ้น

傣族人民制作的象脚鼓，工艺精湛，独具特色。鼓身细长，通常取一段完整的圆木挖空树芯制成。鼓腰和鼓的下半部经过精心雕刻，展现出孔雀等吉祥图案。鼓面则采用羊皮，四周用细牛皮条勒紧，系于鼓腔下部，既保证了声音的清脆悦耳，又增加了美观性。整个鼓身涂上鲜艳的色彩，并用孔雀翎毛进行装饰，孔雀作为傣族人心目中的神鸟，代表着吉祥如意，寄托着他们对美好生活的追求。鼓身上系黄色或其他彩色绸带，挎在击鼓人的左肩。击鼓人夹鼓于左肋下，双手击鼓面。

กลองเท้าช้างที่ชนชาติไตผลิตขึ้นมานั้น มีฝีมือประณีตและมีเอกลักษณ์เฉพาะตัว ตัวกลองมีรูปทรงยาวเรียว ทำจากไม้ที่มีน้ำหนักเบา โดยขุดเนื้อไม้จากท่อนไม้กลม เพื่อสร้างเป็นโพรงกลอง ส่วนกลางกลองและส่วนล่างของกลองได้มีการแกะสลักอย่างประณีต ซึ่งมักจะเป็นรูปของนกยูงหรือรูปสิ่งที่เป็นมงคล หน้ากองจะทำจากหนังแกะรอบๆ ตัวกลองจะมีสายหนังวัวผูกไว้ที่ด้านล่างของโพรงกลอง ไม่เพียงแต่รักษาเสียงที่ตีออกมาให้กระจ่างและไพเราะเท่านั้น แต่ยังเพิ่มความสวยงามได้อีกด้วย ทั้งตัวกลองจะทาด้วยสีที่สดใสและตกแต่งด้วยขนนกยูง นกยูงเป็นนกศักดิ์สิทธิ์ในความเชื่อของชนชาติไตเชื่อว่า นกยูงหมายถึงความโชคดีและสมหวัง ซึ่งแสดงถึงการแสวงหาชีวิตที่ดีของพวกเขา ตัวกลองมีผ้าคาดสีเหลืองหรือสีอื่นๆ ผูกอยู่ที่ไหล่ซ้ายของผู้ตีกลอง ผู้ตีกลองจะห้อยกลองไว้ด้านซ้ายและใช้มือทั้งสองตีที่หน้ากลอง

象脚鼓舞不仅是一种舞蹈，也是一种竞技活动。这种竞技活动不仅考验着参赛者的技巧与体能，更展现出傣族人民的勇敢与智慧。弹腿跳、撩腿、悠腿等动作，配合错步、弓步、点步和旋转，构成了独特的舞蹈韵律。在激昂的鼓声和踢腿较力的竞技中，傣族的象脚鼓表演达到高潮。象脚鼓的表演方式多样，可以单打、双打或集体打，常见于各种公共场合和傣族的年节庆典中。

การฟ้อนรำกลองเท้าช้างไม่เพียงแต่เป็นการฟ้อนรำเท่านั้น แต่ยังเป็นกิจกรรมที่มีการแข่งขันด้วย การแข่งขันนี้ไม่เพียงได้ทดสอบทักษะและสมรรถภาพของผู้เข้าแข่งขันเท่านั้น แต่ยังแสดงถึงความกล้าหาญและปัญญาของผู้เข้าแข่งขันด้วย ท่าฟ้อนรำกลองเท้าช้างประกอบด้วย ท่ากระโดดและยกขา ท่าปัดขาและท่าเรียวขา รวมกับท่ายืนสามเหลี่ยม ท่ายืนจุดและท่าหมุน ซึ่งได้ประกอบกับเป็นท่วงทำนองการเต้นที่เป็นเอกลักษณ์ การฟ้อนรำท่ามกลางเสียงกลองที่เร่าร้อนและการแข่งขันการเตะขาที่ค่อนข้างแรง ทำให้การแสดงได้ถึงขั้นสนุกสนานที่สุด การตีกลองเท้าช้างมีหลายวิธี สามารถตีได้ทั้งแบบเดี่ยว แบบคู่หรือว่าแบบกลุ่ม ซึ่งมักจะเห็นได้ทั่วไปในที่สาธารณะและในเทศกาลปีใหม่ของชนชาติไต

傣族象脚鼓分为长、中、短三种。长象脚鼓是最高大的一种，鼓面直径约 30 厘米，高度在 130~160 厘米，有的甚至高达 190 厘米。长象脚鼓舞动作不多，以打法变化和丰富的鼓点见长，多为一人表演或为舞蹈伴奏。有用手一指打、二指打、三指打、掌打、拳打，也有肘打、脚打，甚至头打等动作。中象脚鼓是最常见的一种，高度在 60~95 厘米，鼓面直径为 23~28 厘米。中象脚鼓舞步扎实稳重刚健，大动作及大舞姿较多，舞蹈时不限定人数，人少时对打，人多时围成圆圈打。一般用拳打，个别地区用槌打。小象脚鼓外形如矮脚杯状，高度仅 30~40 厘米，应用不如大、中型鼓广泛，但在西双版纳地区较为常见，舞步灵活跳跃，以斗鼓、赛鼓为特点。一般为二人对赛，以抓住对方帽子或包头巾为胜。

กลองเท้าช้างของชนชาติไตมี ๓ ขนาด ได้แก่ ขนาดยาว ขนาดกลางและขนาดสั้น กลองเท้าช้างขนาดยาวเป็นกลองที่ใหญ่ที่สุด มีเส้นผ่าศูนย์กลางหน้ากลองประมาณ ๓๐ เซนติเมตร ความสูงอยู่ระหว่าง ๑๓๐ ถึง ๑๖๐ เซนติเมตร กลองบางตัวสูง ๑๙๐ เซนติเมตร กลองเท้าช้างขนาดยาวมีท่าตีไม่มาก จะโดดเด่นด้วยการเปลี่ยนแปลงท่าตีที่หลากหลาย เช่น ตีด้วย ๑ นิ้ว ๒ นิ้ว ๓ นิ้ว ตีด้วยฝ่ามือ ตีด้วยหมัด ตีด้วยศอก ตีด้วยเท้าและเล่นด้วยหัว มักจะเป็นการแสดงเดี่ยวหรือเป็นเพลงประกอบการฟ้อนรำ กลองเท้าช้างขนาดกลางเป็นกลองที่พบเห็นได้บ่อย

ที่สุด มีความสูงระหว่าง ๖๐ ถึง ๙๕ เซนติเมตร มีเส้นผ่าศูนย์กลางหน้ากลอง ๒๓ ถึง ๒๘ เซนติเมตร จังหวะการเต้นรำของกลองเท้าช้างกลางนั้นมั่นคงและแข็งแรง มีท่ารำขนาดใหญ่และท่ารำเยอะมาก ในการรำไม่จำกัดจำนวนคน ถ้าคนน้อยก็ตีแบบคู่ คนมากก็จัดเป็นวงกลมแล้วตีด้วยกัน โดยทั่วไปใช้หมัดในการตี แต่ในบางพื้นที่ก็ใช้ไม้ตีกลองตีค้อน กลองเท้าช้างขนาดเล็กมีรูปทรงคล้ายกับถ้วยที่มีขาสั้นๆ ขาเตี้ยๆ ที่มีความสูงเพียง ๓๐ ถึง ๔๐ เซนติเมตร การใช้งานไม่ค่อยได้รับความนิยมเหมือนกับกลองขนาดใหญ่และกลาง แต่สามารถพบเห็นได้บ่อยในพื้นที่สิบสองปันนา ส่วนท่ารำมีความยืดหยุ่นและกระโดดคล่องแคล่ว จะโดดเด่นด้วยกลองต่อสู้ กลองแข่งโดยทั่วไปแล้วจะแข่งขันกัน ๒ คน และตัดสินชัยชนะด้วยการคว้าหมวกหรือผ้าโพกหัวของอีกฝ่ายได้

象脚鼓因大小不同而呈现出各异的音色。大鼓音色雄壮浑厚，中鼓激越昂扬，小鼓则清脆明亮。在傣族的孔雀舞等民间舞蹈中，象脚鼓常与铓锣、傣镲等乐器组合，为舞蹈增添节奏和色彩。在民族乐队或傣剧乐队中，象脚鼓也常作为色彩性节奏乐器使用。

กลองเท้าช้างมีเสียงที่แตกต่างกันไปตามขนาดของกลอง กลองขนาดใหญ่มีเสียงที่ทุ่ม กลองขนาดกลางมีเสียงที่เร้าอารมณ์ และกลองเท้าช้างขนาดเล็กมีเสียงที่สดใส เวลาการฟ้อนรำพื้นบ้านเช่น การฟ้อนรำนกยูง มักจะใช้กลองเท้าช้างคู่กับเครื่องดนตรีอื่นๆ เช่น ฆ้องและฉาบ เพื่อเพิ่มจังหวะและสีสันให้กับการฟ้อนรำ นอกจากนี้ กลองเท้าช้างยังถูกใช้เป็นเครื่องดนตรีที่ให้จังหวะในลักษณะเชิงสีสันแก่วงดนตรีพื้นเมืองหรือวงดนตรีละครชนชาติไตอีกด้วย

象脚鼓的演奏技巧极为丰富，鼓手会根据表演情绪的需要，灵活运用手指、手掌、拳头、肘部和脚部来敲奏，鼓点变化多端。在演奏过程中，鼓手不仅会边敲边跳，还会做出摆鼓、甩鼓、摇晃转身等各种吸引人的动作。演奏象脚鼓时，鼓手将背带挂在肩上，鼓身斜向身前，或者将鼓直立于地，左手扶住鼓边，用食指、中指、无名指、小指和右手配合交替敲击鼓面。演奏方法包括正拍、闷拍、指拍（用一个指头）、掌拍和拳击（半握拳）等，其中右手多击重拍。在演奏高潮或情绪热烈时，鼓手甚至会用手肘和脚部击奏。此外，为了改变鼓的音色和音高，鼓手还会在鼓面中心糊上饭团，通过调整饭团的大小和厚薄来改变演奏效果。

เทคนิคการตีกลองเท้าช้างของชนชาติไตมีความหลากหลายมาก ซึ่งจะขึ้นอยู่กับอารมณ์และบรรยากาศของผู้ตีกลอง ในการตีจะใช้นิ้วมือ ฝ่ามือ หมัด ข้อศอก และเท้า ส่วนจุดที่ตีก็จะเปลี่ยนไปเรื่อยๆ ในระหว่างตี ผู้ตีนอกจากจะต้องเต้นไปด้วยแล้ว ยังต้องทำท่าต่างๆ เช่น หมุนกลอง โยนกลองและหมุนตัว เพื่อเพิ่มความตื่นเต้นและสนุกสนาน ในส่วนของท่าแขวนกลอง ผู้ตีกลองจะห้อยสายกลองไว้ที่บ่า วางกลองเอียงไปทางด้านหน้าของตัวหรือเอากลองวางตั้งตรงอยู่บนพื้น ใช้มือซ้ายประคองขอบกลองพร้อมใช้นิ้วชี้ นิ้วกลาง นิ้วนาง นิ้วก้อยของมือซ้ายและมือขวาตีสลับกันที่หน้ากลอง เทคนิคในการตีกลองประกอบด้วยการตีปกติ การตีทึบ การตีด้วยนิ้ว (ใช้นิ้วเดียว) การตีด้วยฝ่ามือและการตีด้วยหมัด (ครึ่งหมัด) โดยมือขวาจะมีการตีจังหวะที่หนักๆ และเมื่อตีถึงจังหวะที่มีความสนุกสนานมากที่สุด ผู้ตีกลองจะใช้ข้อศอกและเท้าในการตีด้วย นอกจากนี้เพื่อปรับเปลี่ยนเสียงของกลอง ผู้ตีกลองจะนำข้าวปั้นมาติดไว้บนหน้ากลอง หากต้องการปรับเสียงตีก็สามารถทำได้โดยการปรับขนาดและความหนาของข้าวปั้น

从前，象脚鼓舞被广泛应用于各种场合，如婚礼、葬礼、节日和宗教仪式等。甚至傍晚傣族人民劳作归来后，也会换上一身干净的衣服，挎起象脚鼓，全村男女老少围成圆圈翩翩起舞，象脚鼓声和欢笑声传遍整个村寨。如今，由于科技的进步，人民物质生活水平提高，日常娱乐方式日益多样化，傣族象脚鼓舞多见于傣历新年赶摆场表演、饭店及旅游景点迎宾等。象脚鼓舞表演者也多为中老年人，年轻人学习象脚鼓舞的较少，但象脚鼓舞仍受到傣族人民的喜爱和重视。

ในอดีต กลองเท้าช้างได้มีการใช้งานอย่างแพร่หลายในโอกาสต่างๆ เช่น งานแต่งงาน งานศพ งานเทศกาลและพิธีทางศาสนาเป็นต้น ในช่วงเย็นเมื่อคนในหมู่บ้านกลับจากการทำงาน จะเปลี่ยนใส่เสื้อผ้าที่สะอาด สะพายกลองเท้าช้าง

มารวมตัวกันเป็นวงกลมเพื่อฟ้อนรำ โดยเสียงกลองเท้าช้างและเสียงหัวเราะจะดังไปทั่วทั้งหมู่บ้าน ปัจจุบันเนื่องจากความก้าวหน้าทางเทคโนโลยีของสมัยใหม่ มาตรฐานการครองชีพที่ดีขึ้น ทำให้รูปแบบความบันเทิงในชีวิตประจำวันมีความหลากหลายมากขึ้น การฟ้อนกลองเท้าช้างของชนชาติไตจึงมักเห็นได้แต่สถานที่และโอกาสเฉพาะ เช่น งานปอยในการฉลองวันขึ้นปีใหม่ของชนชาติไต ในร้านอาหารภัตตาคารและสถานที่ท่องเที่ยวต่างๆ เพื่อใช้ในการต้อนรับแขก ปัจจุบัน ผู้ตีกลองเท้าช้างส่วนใหญ่ก็จะเป็นผู้สูงอายุ คนหนุ่มสาวมีน้อยมากที่จะเรียนรู้การฟ้อนกลองเท้าช้าง แต่การฟ้อนกลองเท้าช้างก็ยังคงได้รับความนิยมจากชนชาติไตเหมือนเดิม

8

第八章　西双版纳傣族壁画

บทที่ ๘ จิตรกรรมฝาผนังของชนชาติไตสิบสองปันนา

自佛教传入西双版纳地区后，傣族社会的众多艺术作品便受到了佛教的深刻影响，尤其是壁画。然而，随着时代的变迁，傣族的当代壁画已经超越了佛寺的界限，融入了人们的日常生活。如今，无论是围墙还是家中的空白墙面，都可以见到傣族壁画的身影。

หลังจากพุทธศาสนาเผยแพร่เข้ามาในเขตสิบสองปันนา งานศิลปะในสังคมชนชาติไตก็ได้รับอิทธิพลไปด้วย โดยเฉพาะงานจิตรกรรมฝาผนัง เมื่อยุคสมัยเปลี่ยนแปลงไป ภาพจิตรกรรมฝาผนังสมัยใหม่ของชนชาติไตไม่เพียงประกฏอยู่ในวัด แต่ยังพบเห็นได้ในชีวิตประจำวัน ไม่ว่าจะเป็นกำแพงหรือผนังบ้านที่ว่างเปล่า ล้วนมีภาพจิตรกรรมฝาผนังของชนชาติไตประกฏให้เห็น

第一节　传统的傣族壁画

ตอนที่ ๑　จิตรกรรมฝาผนังของชนชาติไตแบบดั้งเดิม

傣族的佛寺壁画被认为是古老、珍贵的艺术。同时，壁画也是傣族人民智慧的结晶，展示了傣族传统绘画工艺。据历史记载，南传上座部佛教传入西双版纳时，壁画便伴随着寺庙的建造而产生。传统的傣族壁画内容可分为以下四类：①佛本生故事；②傣族民间故事；③傣族原始宗教雕塑；④傣族社会生活的反映。壁画上也会刻有佛经，在一定程度上展现出鲜明的民族特色。傣族传统壁画为避免色彩单调，常交叉使用红、白、黑三种颜色，使画作看起来更鲜活生动。

จิตรกรรมฝาผนังในวัดของชนชาติไตถือเป็นศิลปะอันเก่าแก่และล้ำค่า

งานจิตกรรมฝาผนังเป็นการรวบรวมภูมิปัญญาด้านต่างๆ ของชนชาติไตเอาไว้ ภาพบนฝาผนังเป็นการแสดงภาพวาดพื้นเมืองของชนชาติไต ตามบันทึกทางประวัติศาสตร์ เมื่อพระพุทธศาสนาลัทธิเถรวาทได้เริ่มเผยแพร่เข้ามาในจังหวัดสิบสองปันนา ก็เริ่มมีการสร้างวัด ดังนั้น จึงมีจิตรกรรมบนฝาผนังเกิดขึ้น ในอดีต เนื้อเรื่องที่วาดบนฝาผนังจะแบ่งออกเป็น ๔ เรื่องราว ได้แก่ เรื่องราวที่เกี่ยวกับการกำเนิดพระพุทธเจ้า นิทานพื้นบ้าน รูปสลักศาสนาโบราณ และเรื่องราวที่สะท้อนชีวิตความเป็นอยู่ของชนชาติไต นอกจากนั้น ยังมีการใช้อักษรภาษาธรรมเขียนบนรูปวาดอีกด้วย รูปวาดได้แสดงความเป็นเอกลักษณ์ของชนชาติไตได้เป็นอย่างดี ในอดีตสีที่ใช้ในการวาดเรื่องราวต่างๆ จะใช้สีที่ตัดกัน เช่น สีแดง สีขาว หรือสีดำ ซึ่งจะไม่ใช้สีเดียวกันมาวาดรูป เพื่อให้ภาพดูสดใสและมีชีวิตชีวา

大部分傣族人喜欢祭拜吉祥之物，因此在佛寺殿堂的壁画中，除了有各类故事情节之外，还出现了各种吉祥的动物和植物。例如，吉祥的动物有孔雀、大象、龙等，吉祥的植物包括菩提树、莲花、榕树、槟榔树和棕榈树等。

ชนชาติไตส่วนใหญ่นิยมกราบไหว้บูชาสิ่งที่เป็นสิริมงคล ดังนั้น จิตรกรรมฝาผนังในอุโบสถนอกจากจะมีเรื่องราวต่างๆ แล้ว ในเรื่องราวนั้นยังได้มีสัตว์และต้นไม้มงคลต่างๆ ปรากฏขึ้น เช่น สัตว์มงคล ได้แก่ นกยูง ช้าง และมังกรเป็นต้น ส่วนต้นไม้มงคล ได้แก่ ต้นโพธิ์ ดอกบัวต้นไทร ต้นหมากและต้นปาล์มเป็นต้น

西双版纳傣族祖先就已知道充分利用当地资源制作绘画原料和工具。他们用石灰当白色，将黄土碾细当黄色，用紫梗磨成粉当紫色，刮去锅底黑烟粉当黑色，等等。①

บรรพบุรุษชนชาติไตสิบสองปันนาต่างมีความรู้ในการใช้ทรัพยากรในท้องถิ่นมาผลิตวัตถุดิบและทำเครื่องมือในการวาดภาพ พวกเขาใช้ปูนขาวแทนสีขาว

① 段其儒：《西双版纳傣族民间美术现状》，见刀波，主编：《傣族非物质文化遗产概说》，民族出版社 2010 年版，第 431 页。

ใช้ดินเหลืองบดละเอียดแทนสีเหลือง ใช้เทอร์เรียสีม่วงบดเป็นผงแทนสีม่วงและขูดก้นกระทะและผงควันดำทำเป็นสีดำ

第二节　现在的傣族壁画
ตอนที่ ๒　จิตรกรรมฝาผนังของชนชาติไตแบบปัจจุบัน

随着经济的发展，人们的生活越来越好，傣族人民开始修复壁画。但是现在的壁画绘制和以前大不相同，无论是绘画工具、使用的原材料，还是绘画技巧。目前傣族使用的绘画原料主要是聚丙烯、油漆和水彩等。虽然它们使壁画看起来新颖且色彩鲜艳，但呈现的画面不如以前生动。传统的壁画画法虽然略显简单，但画线自然且充满活力，主要原因在于过去人们常用矿物颜料进行绘画，而如今绘画色彩和技巧都发生了变化。现在傣族壁画内容十分丰富，仍然涵盖佛本生故事、民间故事、傣族社会生活、动植物等内容，还融入了现代技术元素，这些画作主要是根据市场需求和艺术家的构思来创作的。

เนื่องจากสภาพเศรษฐกิจได้มีการพัฒนาขึ้น ทำให้ชีวิตความเป็นอยู่ของผู้คนดีขึ้นเรื่อยๆ ชนชาติไตจึงได้ทำการซ่อมแซม เพื่อฟื้นฟูจิตรกรรมฝาผนังใหม่ แต่การวาดจิตรกรรมฝาผนังในปัจจุบันแตกต่างจากเมื่อก่อนมาก ทั้งเครื่องมือวาด วัตถุดิบที่ใช้และเทคนิคการวาด ปัจจุบัน วัตถุดิบที่ใช้ในการวาดรูปส่วนใหญ่เป็นโพรพิลีน สีน้ำมันและกว็อชเป็นต้น แม้ว่าจะทำให้ภาพบนฝาผนังดูใหม่และมีสีสันสวยงาม แต่ภาพวาดไม่ได้ดูมีชีวิตชีวาแบบสมัยก่อน ซึ่งสมัยก่อนการวาดภาพอาจจะดูเรียบง่าย แต่ลายเส้นที่วาดดูเป็นธรรมชาติและมีชีวิตชีวามากกว่า คาดว่าอาจจะมาจากการใช้สีและเทคนิคการวาดที่เปลี่ยนไป เพราะในสมัยก่อนจะใช้สีแร่ในการวาดภาพ ปัจจุบัน เนื้อหาภาพจิตรกรรมฝาผนังมีความหลากหลายมากขึ้น และยังคงมีเรื่องราวที่เกี่ยวข้องกับพระพุทธเจ้า นิทานพื้นบ้าน การใช้ชีวิต

ในสังคมของชนชาติไต ภาพวาดสัตว์และพืชมงคลอยู่ รวมทั้งยังมีองค์ประกอบทางเทคโนโลยีสมัยใหม่สอดแทรกเข้าไปด้วย ซึ่งภาพวาดเหล่านี้สร้างขึ้นจากความต้องการของตลาดและความคิดของศิลปินเป็นหลัก

笔者在访谈中发现，傣族壁画的绘画者多为“康朗”。[①] 他们是对傣族社会非常了解的傣族人，大多数曾在泰国或邻国留学。回国后，他们便将学到的知识与傣族传统文化相结合，创作出了能够反映傣族特色的壁画。

จากการสัมภาษณ์ผู้เขียนพบว่า ช่างที่เป็นผู้วาดภาพส่วนใหญ่คือ “คัมราม” ซึ่งเป็นชนชาติไตที่มีความรู้เกี่ยวกับสังคมชนชาติไตเป็นอย่างดี และส่วนใหญ่เคยไปศึกษาเล่าเรียนที่ประเทศไทยหรือประเทศเพื่อนบ้านมาแล้ว เมื่อกลับมาก็ได้นำความรู้ที่ได้เรียนรู้มาผสมผสานกับวัฒนธรรมดั้งเดิมของชนชาติไต จนออกมาเป็นภาพจิตกรรมฝาผนังที่สะท้อนเอกลักษณ์ความเป็นชนชาติไต

现在，一些傣族村寨开始在空白墙壁上作画，其内容丰富多彩，主要反映了傣族人民的日常生活。在这些壁画中，我们可以看到傣族人民辛勤农作的场景，也可以看到他们日常的生活场景，如赶集、聊天、织布等。这些画面生动地展现了傣族村寨的繁华和活力，也展现了傣族人民对美好生活的热爱和向往。

ปัจจุบัน หมู่บ้านชนชาติไตบางพื้นที่ เริ่มวาดภาพบนผนังที่ว่างเปล่า เนื้อหาของภาพจิตรกรรมฝาผนังเหล่านี้มีเนื้อหาที่หลากหลาย ซึ่งส่วนใหญ่จะเป็นภาพวาดที่สะท้อนชีวิตประจำวันของชนชาติไตเป็นหลัก เราจะได้เห็นภาพฉากการทำนาของชนชาติไตที่ขยันขันแข็ง ฉากการดำรงชีวิตประจำวันของพวกเขา เช่น ตลาดนัด การพูดคุย การทอผ้าเป็นต้น ซึ่งภาพเหล่านี้ล้วนแสดงให้เห็นถึงความเจริญรุ่งเรืองและความมีชีวิตชีวาของหมู่บ้านชนชาติไตได้อย่างชัดเจน อีกทั้งยังแสดงให้เห็นถึงความรักความปรารถนาในชีวิตของชนชาติไตอีกด้วย

---

① 康朗：修行到佛爷级别的僧人还俗后被称为“康朗”。

这些壁画是傣族文化的珍贵遗产，它们不仅记录了傣族人民的历史和生活，也传承了傣族文化的精髓。在今天，这些壁画仍然吸引着众多游客前来观赏，成为傣族文化的重要展示窗口。如景洪市曼勒村，现在已经成为游客壁画打卡村，村子里的围墙、空白墙面、地面等地方，画满了傣族人民生活场景、傣族文化、动植物等内容。这不仅为当地村民带来了丰厚的经济收入，还大大提高了村民的民族文化自信。

ภาพจิตรกรรมฝาผนังเหล่านี้ ถือเป็นมรดกล้ำค่าของวัฒนธรรมชนชาติไตที่ไม่เพียงแต่บันทึกประวัติศาสตร์ และชีวิตความเป็นอยู่ของชนชาติไตเท่านั้น แต่ยังได้สืบสานสาระสำคัญของวัฒนธรรมชนชาติไตไว้อีกด้วย ปัจจุบันภาพจิตรกรรมฝาผนังเหล่านี้ยังคงดึงดูดนักท่องเที่ยวให้เข้ามาเยี่ยมชมจำนวนมาก จนกลายเป็นหน้าต่างที่แสดงวัฒนธรรมที่สำคัญของชนชาติไต อาทิ หมู่บ้านบ้านลื่อที่เมืองเชียงรุ่ง ได้กลายเป็นสถานที่ที่นักท่องเที่ยวเข้ามาเยี่ยมชมภาพจิตรกรรมฝาผนังได้ ซึ่งกำแพง ผนัง พื้นและสถานที่อื่นๆ อีกหลายแห่งของหมู่บ้าน ต่างก็เต็มไปด้วยภาพวาดที่มีเนื้อเรื่องเป็นชีวิตความเป็นอยู่ วัฒนธรรมของชนชาติไต พืชและสัตว์ เป็นต้น ซึ่งสิ่งเหล่านี้ไม่เพียงแต่สามารถสร้างรายได้ให้กับชาวบ้านในพื้นที่เท่านั้น แต่ยังเป็นการสร้างความเชื่อมั่นต่อวัฒนธรรมของท้องถิ่นได้อีกด้วย

傣族佛寺里的壁画 1（刀丽　摄）

จิตกรรมฝาผนังในวัดชนชาติไต 1

傣族佛寺里的壁画 2（刀丽　摄）

จิตกรรมฝาผนังในวัดชนชาติไต 2

傣族现代壁画 1（刀丽　摄）

จิตกรรมฝาผนังชนชาติไตสมันใหม่ 1

傣族现代壁画 2（刀丽　摄）

จิตกรรมฝาผนังชนชาติไตสมันใหม่ 2

9

第九章　西双版纳傣族村寨寨门及水井文化

ตอนที่ ๙ วัฒนธรรมประตูหมู่บ้านและบ่อน้ำของชนชาติไตสิบสองปันนา

第一节　傣族村寨寨门文化

ตอนที่ ๑　วัฒนธรรมประตูหมู่บ้านของชนชาติไต

在西双版纳的傣族村寨中，寨门发挥着重要的作用。它不仅是村落之间的界线标志，更是村民心灵的寄托。寨门不仅是一个物质的存在，更承载着深厚的文化内涵。在村寨的祭祀活动中，寨门也扮演着重要的角色，在传承傣族文化的同时，又体现了各傣族村寨的特色。

ในหมู่บ้านของชนชาติไตสิบสองปันนา ซึ่งประตูหมู่บ้านมีบทบาทสำคัญมาก ไม่เพียงเป็นเครื่องหมายในการแบ่งขอบเขตระหว่างหมู่บ้านเท่านั้น แต่ยังเป็นที่พึ่งทางจิตใจของชาวบ้านอีกด้วย ซึ่งประตูหมู่บ้านไม่ใช่แค่เป็นวัตถุเท่านั้น ทั้งยังมีความหมายแฝงทางวัฒนธรรมที่ลึกซึ้งอีกด้วย นอกจากนี้ ประตูหมู่บ้านยังมีบทบาทสำคัญในการทำบุญของหมู่บ้าน ซึ่งนอกจากได้สืบสานวัฒนธรรมของชนชาติไตแล้ว ยังได้แสดงให้เห็นถึงเอกลักษณ์ของหมู่บ้านชนชาติไตต่างๆ

在傣语中，寨门被称为“把都很曼”，其中“把都”意为门，“很”意为家，“曼”意为村寨。传统的傣族寨门主要由两根柱子支撑着横梁。横梁上挂着用篾片或绳子编成的“达寮”[①]，形状如同网状六角形，直径约40厘米。

ในภาษาชนชาติไต ประตูหมู่บ้านเรียกว่า “บาดูเฮินบ่าน” โดย “บาดู” แปลว่า ประตู “เฮิน” แปลว่าบ้าน และ “บ่าน” แปลว่า หมู่บ้าน ประตูหมู่บ้านชนชาติไตแบบดั้งเดิมส่วนใหญ่ประกอบด้วยเสาไม้หลักสองเสา ซึ่งจะใช้ในการรองรับคาน

① “达寮”是用竹篾编成的六角形网状物，两端各系一截草绳，挂于寨门、家门前，或插在农田中。

ไม้ บนคานไม้จะมี "ต้าเหลียว" ที่มาจากการใช้ไม้ไผ่หรือเชือกถักแขวนไว้เป็นรูปกลมๆ คล้ายรูปหกเหลี่ยม มีเส้นผ่านศูนย์กลางประมาณ ๔๐ เซนติเมตร

西双版纳傣族村寨的寨门设置一般以寨心为中心，对应东、西、南、北四个方向设置四个寨门。每两到三年，傣族人会按照传统习俗，在傣历的 9—10 月举行盛大的换寨门仪式。仪式中，旧的寨门被新的寨门替代，"达寮"也会换成新的。

ประตูหมู่บ้านของชนชาติไตในสิบสองปันนาโดยทั่วไปจะใช้ใจกลางหมู่บ้านเป็นศูนย์กลาง แล้วสร้างประตูหมู่บ้านสี่บานไปยังสี่ทิศ คือประตูทางทิศตะวันออก ประตูทางทิศตะวันตก ประตูทางทิศใต้ และประตูทางทิศเหนือ ซึ่งเมื่อใช้งาน ๒ ถึง ๓ ปี ก็จะต้องจัดพิธีการเปลี่ยนประตูหมู่บ้าน ในการทำพิธีเปลี่ยนประตู จะอยู่ในระหว่างเดือนกันยายนถึงตุลาคมตามปฏิทินชนชาติไต ซึ่งประตูหมู่บ้านบานเก่าจะถูกแทนด้วยประตูบานใหม่ และ "ต้าเหลียว" ก็เปลี่ยนใหม่ด้วย

在村寨寨神祭祀中，寨门成为本寨通往外界的出口。祭祀时，村民会用山草搓成长长的绳子，从寨门开始环绕村寨一圈，不允许外寨的人进入。这条绳子在傣语中称为"达寮哈秀"，"达"意为眼睛，"寮"有监视之意，"哈秀"则是绿色山草的象征。这条绿色的长绳既是对外界的警示，也是对村寨的守护。

ในพิธีการทำบุญให้แก่เจ้าหมู่บ้าน ประตูหมู่บ้านจะเป็นเหมือนทางออกที่แยกระหว่างหมู่บ้านกับโลกภายนอก เมื่อมีงานบุญ ชาวบ้านจะใช้หญ้ามาลูบเป็นเชือกที่ยาวๆ แล้วใช้เชือกหญ้านี้ล้อมรอบหมู่บ้าน ไม่ให้คนนอกหมู่บ้านเข้ามา เชือกนี้ในภาษาชนชาติไตเรียกว่าต้าเหลียวฮาซิ่ว "ต้า" หมายถึงดวงตา "เหลียว" มีความหมายด้านการเฝ้าระวัง ส่วน "ฮาซิ่ว" เป็นสัญลักษณ์ของภูเขาและหญ้าสีเขียว เชือกยาวสีเขียวเส้นนี้ ไม่เพียงแต่เป็นการเตือนคนนอกหมู่บ้านเท่านั้น แต่ยังได้ปกป้องคนในหมู่บ้านด้วย

随着时代的演进和社会的发展，傣族的传统村寨寨门也发生了变化。

现在的傣族村寨寨门已经不再局限于木材，而是采用了更多现代化的材料和设计。这种变化不仅反映了傣族文化的传承和发展，也展示了傣族人民对美好生活的追求和向往。

จากการวิวัฒนาการของยุคสมัยและการพัฒนาของสังคม ประตูหมู่บ้านดั้งเดิมของชนชาติไตก็ได้เกิดการเปลี่ยนแปลงไปด้วย ปัจจุบัน ประตูหมู่บ้านของชนชาติไตไม่ใช่ทำจากไม้อย่างเดียว แต่จะได้รับการออกแบบและใช้วัสดุที่ทันสมัย การเปลี่ยนแปลงที่เกิดขึ้นนี้ ไม่เพียงสะท้อนให้เห็นถึงการสืบทอดและการพัฒนาของวัฒนธรรมชนชาติไต แล้วยังได้สะท้อนให้เห็นถึงการแสวงหาชีวิตที่ดีของชนชาติไต

如今，傣族村寨的寨门已广泛采用水泥、钢筋混凝土等现代材料建造。这种变革不仅更新了建筑材料，更映射出傣族社会发展和文化传承的新面貌。与此同时，当代傣族村寨的寨门融入了丰富的艺术特色，每个村寨的寨门之上，都雕刻着精美的图案，这些图案既有传统的傣族文化元素，如象、孔雀、莲花等，也有现代的设计元素。

ปัจจุบันนี้ ประตูหมู่บ้านของชนชาติไตมักจะสร้างด้วยวัสดุที่มีความทันสมัย เช่น ปูนซีเมนต์ คอนกรีตเสริมเหล็กเป็นต้น การเปลี่ยนแปลงเหล่านี้ ซึ่งไม่เพียงแต่เป็นการปรับเปลี่ยนวัสดุก่อสร้างเท่านั้น และยังได้สะท้อนให้เห็นถึงความก้าวหน้าของการพัฒนาสังคมและการสืบทอดวัฒนธรรมของชนชาติไตอีกด้วย ในขณะเดียวกัน บนประตูหมู่บ้านของชนชาติไตในสมัยนี้ ได้เพิ่มลักษณะทางศิลปะไปด้วย โดยลวดลายการแกะสลักที่สวยงาม ซึ่งจะมีลายช้าง ลายนกยูง ลายดอกบัวเป็นต้น นอกจากนี้ ยังมีการออกแบบสมัยใหม่อีกด้วย

在傣族村寨中，古老的木头横梁已不再是寨门的唯一选择，其已被现代的三角屋顶和佛塔装饰取代，为寨门注入了新的庄重与神秘气息。这种创新的艺术设计，不仅保留了寨门的实用性，更将其变成了一道美丽的景观。现代的傣族村寨寨门在色彩运用上更独具匠心，以金色、黄色和红色等鲜艳色调为主，这些色彩不仅引人注目，更寓意着吉祥、繁荣和幸福。一些村寨更是别出心裁，尝试运用多种色彩，使得寨门更加独具特色。在寨门的横梁正中，寨名以清晰可辨的字迹标注，这些寨名通常采用中文和傣文双语书写，也有部分村寨的寨门采用多语种标识。例如，“曼康湾”村，其寨名在傣语中意为“酸角甜的村寨”，其中“曼”代表村寨，“康”指酸角，“湾”则意为甜。而该村寨门上的文字还加入了缅甸语和泰语，这与其地理位置密切相关，该村位于景洪市的大勐龙镇，紧邻缅甸。

ปัจจุบัน คานไม้แบบดั้งเดิมถูกแทนที่ด้วยหลังคาสามเหลี่ยมและเครื่องประดับที่มีรูปทรงเป็นเจดีย์อย่างทันสมัย ทำให้ประตูหมู่บ้านดูแล้วมีความคงทนและลึกลับมากขึ้น การออกแบบทางศิลปะนี้ ทำให้ประตูหมู่บ้านไม่เพียงแต่สามารถใช้งานได้ดีอีกทั้งยังเป็นทิวทัศน์ที่สวยงานอีกด้วย นอกจากนี้ ประตูหมู่บ้านชนชาติไตในปัจจุบันยังได้เน้นการใช้สีสรรที่สวยงาม โดยจะใช้สีสดใส เช่น สีทองคำ สีเหลืองและสีแดงมาใช้เป็นสีหลักบนประตู้หมู่บ้าน สีเหล่านี้ไม่เพียงแต่สะดุดตาเท่านั้น ยังหมายถึงการคาดหวังความสิริมงคล ความเจริญ และความสุขของชนชาติไตในอานาคต บางหมู่บ้านใช้หลากหลายสี ทำให้ประตูหมู่บ้านมีเอกลักษณ์มากขึ้น บนประตูหมู่บ้านตรงกลางของคานไม้จะเขียนชื่อหมู่บ้านไว้อย่างชัดเจน ซึ่งชื่อหมู่บ้านมักจะเขียนด้วยภาษาจีนและภาษาชนชาติไต แต่ชื่อประตูหมู่บ้านบางแห่งก็จะเขียนด้วยหลายภาษา เช่น หมู่บ้านม่านคังวัน ซึ่ง“ม่านคังวัน”จะเป็นการออกเสียงภาษาชนชาติไต “ม่าน” หมายถึงหมู่บ้าน “คัง” หมายถึงมะขาม ส่วน “วัน” หมายถึงหวาน ซึ่งหากรวมอักษรทั้งสามตัวก็มีความหมายว่า หมู่บ่านที่มีมะขามหวาน ชื่อบนประตูหมู่บ้านนี้ จะมีอักษรพม่าและภาษาไทยประกอบด้วย เนื่องจากหมู่บ้านนี้ตั้งอยู่ในตำบลต้าหมึ่งหลงของเมืองเชียงรุ่งที่ติดกับประเทศพม่า

如今，傣族村寨的寨门矗立在村寨口，以其独特的艺术魅力吸引着过往的行人。随着西双版纳旅游业的发展，越来越多的游客到西双版纳旅游观光。傣族村寨的寨门作为标志性的建筑，给游客留下了深刻的印象。

ปัจจุบันนี้ ประตูหมู่บ้านของชนชาติไต ได้ตั้งตระหง่านอยู่ตรงทางเข้าของ

หมู่บ้าน ซึ่งได้ดึงดูดสายตาของนักเดินทางด้วยเสน่ห์ทางศิลปะที่เป็นเอกลักษณ์ จากการพัฒนาของอุตสาหกรรมการท่องเที่ยวของสิบสองปันนา ทำให้มีนักท่องเที่ยวจำนวนมากมาท่องเที่ยว ดังนั้น ประตูหมู่บ้านของชนชาติไตที่ถือเป็นสิ่งก่อสร้างที่โดดเด่น ได้สร้าวความประทับใจให้กับนักท่องเที่ยวเป็นอย่างมาก

傣族村寨寨门入口　（刀丽　摄）

ทางเข้าประตู้หมู่บ้านชนชาติไต

傣族村寨寨门 1　（刀丽　摄）

ประตู้หมู่บ้านชนชาติไต 1

傣族村寨寨门 2 （刀丽　摄）

ประตูหมู่บ้านชนชาติไต 2

傣族村寨寨门 3 （刀丽　摄）

ประตูหมู่บ้านชนชาติไต 3

傣族村寨寨门 4 （刀丽 摄）

ประตูหมู่บ้านชนชาติไต 4

第二节 傣族水井文化

ตอนที่ ๒ วัฒนธรรมบ่อน้ำของชนชาติไต

西双版纳的傣族视水为至关重要且最为圣洁的资源。因此，水井在傣族人民日常生活中占据着重要地位。水井不仅有着独特的建筑造型，还蕴含着傣族人民对水的敬仰，通过水井可以看到傣族世代相传的艺术与文化。

เนื่องจากน้ำถือเป็นสิ่งที่สำคัญและศักดิ์สิทธิ์ที่สุดสำหรับชนชาติไต บ่อน้ำจึงมีความสำคัญมากในวิถีชีวิตของชนชาติไต ไม่เพียงแต่มีรูปแบบสถาปัตยกรรมที่โดดเด่นเท่านั้น แต่ยังแสดงถึงการเคารพบูชาที่ชนชาติไตมีต่อบ่อน้ำ และสะท้อน

ให้เห็นถึงศิลปะและวัฒนธรรมของชนชาติไตที่สืบทอดจากรุ่นสู่รุ่น

傣族水井特色鲜明，由井底、井台、井栏和井罩、排水沟等构成。

บ่อน้ำชนชาติไตจะมีเอกลักษณ์ของตัวเอง ส่วนมากจะประกอบไปด้วย ส่วนล่างของบ่อน้ำ ส่วนกลางของบ่อน้ำ ฐานของบ่อน้ำ หลังคาของบ่อน้ำ และท่อระบายน้ำ

水井井罩的形态各异，独具魅力。这些井罩的修建不仅旨在维护水质的纯净，同时也展现了傣族独特的水井建筑美学。它们巧妙地将雕塑、绘画与实用性融为一体。在这些井罩上，装饰性的绘画栩栩如生，充满了浓厚的民族风情。在西双版纳傣族的水井中，常见的井罩类型有以下几种：

หลังคาบ่อน้ำจะมีรูปทรงหลากหลายและเป็นเอกลักษณ์ หลังคาบ่อน้ำสร้างขึ้นเพื่อป้องกันไม่ให้น้ำสกปรก อีกทั้งยังเป็นศิลปะสถาปัตยกรรมอันเป็นเอกลักษณ์ของบ่อน้ำชนชาติไต เพราะได้รวมประติมากรรม ภาพวาดและการประยุกต์ใช้ให้เป็นหนึ่งเดียวกัน ภาพวาดที่ใช้ตกแต่งบ่อน้ำมีชีวิตชีวาและมีลักษณะเฉพาะทางชาติพันธุ์ หลังคาบ่อน้ำชนชาติไตที่สิบสองปันนาส่วนใหญ่จะมีรูปแบบต่อไปนี้

第一种也是最常见的井罩类型是塔式井罩，通常由石头或砖块建造。过去，人们常常利用河流沿岸的石头来建造这些井罩。然而，随着社会的进步和发展，村寨里的水井逐渐转向使用砖块进行修建。这些水井的外观被塑造为单层小塔，形成了单层小塔井罩式水井，展现出一种简约的美感。此外，多层塔式井罩也很常见。这种水井的特点是井罩由多层塔构成，每层塔的外观相似。通常，这些塔式井罩的层数和塔数是奇数，如三塔式井罩、五塔式井罩、七塔式井罩等。

แบบที่หนึ่งซึ่งเป็นแบบที่พบเห็นโดยทั่วไป ได้แก่ แบบเจดีย์ที่ทำด้วยหินและอิฐ เมื่อก่อนจะทำด้วยหินที่มาจากริมแม่น้ำ เนื่องจากการพัฒนาและการก้าวหน้าของสังคม ทำให้บ่อน้ำในหมู่บ้านจะค่อยๆ กลายเป็นบ่อน้ำที่ทำด้วยอิฐ จนสร้างบ่อน้ำที่มีลักษณ์แบบเจดีย์หนึ่งชั้น โดยหลังคาจะมีรูปทรงที่เป็นเจดีย์หนึ่งชั้น

ดูเรียบง่าย นอกจากนี้ ยังมีเจดีย์หลายชั้น ซึ่งทรงนี้หลังคาจะทำด้วยเจดีย์หลายชั้น แต่ละชั้นจะเป็นรูปทรงคล้ายๆ กัน แต่จำนวนชั้นและจำนวนของเจดีย์ส่วนมากจะเป็นเลขคี่ เช่น เจดีย์สามองค์ เจดีย์ห้าองค์ และเจดีย์เจ็ดองค์เป็นต้น

井罩顶上的塔通常不高，在 3~5 米，但其造型千变万化，独具匠心。这些塔不仅巧妙地融入了佛教元素，还与中华文化交相辉映，展现出美轮美奂、璀璨夺目的艺术魅力。傣族井罩建筑艺术正是因为其融入了丰富多彩的文化元素，才显得如此华丽和壮观。

เจดีย์บนหลังคาบ่อน้ำโดยทั่วไปจะไม่สูงมากนัก จะอยู่ระหว่าง ๓ ถึง ๕ เมตร แต่มีรูปแบบหลากหลาย สวยงามตระการตา รูปแบบการสร้างนอกจากได้รับอิทธิพลจากพุทธศาสนาแล้ว ยังได้รับอิทธิพลจากวัฒนธรรมจีนด้วย ซึ่งวัฒนธรรมที่หลากหลายเหล่านี้ทำให้ศิลปะการสร้างบ่อน้ำของชนชาติไตเต็มไปด้วยความงดงามและความยิ่งใหญ่

第二种是亭子式井罩，由瓦片、木头或砖块建造而成，有三角亭、六角亭等造型。亭子式井罩的装饰看起来较为简单朴素，不像塔式井罩那样精美繁复。

แบบที่ ๒ คือ แบบศาลา บ่อน้ำชนชาติไตนิยมใช้รูปแบบศาลาเหมือนกัน โดยจะมุงด้วยกระเบื้อง ไม้ หรืออิฐ ซึ่งมีรูปทรงศาลาเป็นแบบสามเหลี่ยม กับหกเหลี่ยมเป็นต้น แต่บ่อน้ำที่ใช้หลังคาแบบศาลาดูจะตกแต่งแบบเรียบง่าย และไม่ซับซ้อนเหมือนบ่อน้ำที่เป็นแบบหลังคาทรงเจดีย์

第三种是塔亭混用式井罩，这种井罩的设计来自傣族的塔和亭。亭子的设计朴实无华，而塔显得庄严肃穆，两者风格截然不同。然而，傣族人民却巧妙地将这两种建筑元素融为一体，创造出了独特的井罩艺术。这种独特的艺术风格，为水井增添了艺术价值。这种塔亭合用的井罩，前端是亭、后端是塔，不仅展现了傣族人民的智慧，更体现了他们对水的深深敬仰。

แบบที่ ๓ คือ แบบการผสมระหว่างเจดีย์และศาลา ซึ่งศาลาจะมีลักษณะที่เรียบง่าย ส่วนเจดีย์มีลักษณะที่ภูมิฐานและมั่นคง โดยจะแตกต่างกันทางรูปแบบเท่านั้น ชนชาติไตใช้ทั้ง ๒ รูปแบบนี้มาสร้างหลังคาบ่อน้ำ ทำให้เกิดรูปแบบศิลปะบ่อน้ำที่สวยงามและเป็นการเพิ่มคุณค่าทางศิลปะ รูปแบบการสร้างหลังคาบ่อน้ำแบบนี้ ส่วนข้างหน้าจะเป็นศาลา ข้างหลังจะเป็นเจดีย์ ซึ่งแสดงให้เห็นถึงภูมิปัญญาของชนชาติไต และการแสดงความเคารพบูชาที่ชนชาติไตมีต่อบ่อน้ำ

近年来，随着生活条件的不断改善，傣族的传统民居已经逐渐演变为 2~3 层的小楼房，且家家户户都安装了自来水设备。尽管如此，仍然有部分老人到水井挑水用。过去，每当黄昏降临，傣族妇女就会聚集在水井前，排起长队等待取水。她们边聊天边等待，时不时传出欢快的笑声。如今，这样的场景已经变得罕见。

หลายปีที่ผ่านมา ด้วยสภาพชีวิตความเป็นอยู่ที่ดีขึ้น ทำให้บ้านเรือนดั้งเดิมของชนชาติไตได้พัฒนามาเป็นบ้านแบบ ๒ หรือ ๓ ชั้นที่เห็นในปัจุบันและทุกครัวเรือนได้ติดตั้งเครื่องทำน้ำประปา แต่ผู้สูงอายุบางส่วนก็ยังคงไปแบกน้ำที่บ่อน้ำกลับมาใช้เหมือนเดิม ในอดีต เมื่อถึงเวลาตอนหัวค่ำ ผู้หญิงชนชาติไตจะรวมตัวกันที่หน้าบ่อน้ำเพื่อที่เข้าแถวยาวรอแบกน้ำกลับไปบ้าน ระหว่างรอคิวพวกเขาก็จะพูดคุยกัน จึงทำให้มีเสียงหัวเราะร่าเริงออกมาเป็นระยะๆ แต่ทุกวันนี้ภาพแบบนี้ไม่ค่อยได้เห็นแล้ว

然而，这并不意味着水井在傣族文化中的地位有所减弱。相反，每个村寨的水井都被精心修建，显得庄严而神圣。井罩上更是装饰精美，彰显着其不可或缺的重要性。在水井旁，村民还特意修建了凉亭，供人们在此畅饮、休憩。

อย่างไรก็ตาม นี่ไม่ได้หมายความว่าบทบาทของบ่อน้ำในวัฒนธรรมชนชาติไตจะลดน้อยลง ตรงกันข้าม บ่อน้ำของแต่ละหมู่บ้านจะถูกสร้างขึ้นอย่างพิถีพิถันและมีความความศักดิ์สิทธิ์มากขึ้น หลังคาบ่อน้ำได้มีการตกแต่งอย่างสวยงาม แสดงให้

เห็นถึงความสำคัญของบ่อน้ำ ส่วนข้างๆ บ่อน้ำ ชาวบ้านก็ยังคงสร้างศาลาไว้เพื่อให้ผู้คนได้นั่งดื่มน้ำและพักผ่อน

有些村寨更是巧妙地将水井里的水通过水管引入村民家中使用，为村民的日常生活提供了极大的便利。此外，在重要的节日庆典中，傣族人民还会特意前往水井取水，用于举行各种仪式，如滴水仪式等。这些传统习俗不仅展示了傣族人民对水井的敬重，更体现了他们对传统文化的坚守与传承。

บางหมู่บ้านยังได้ใช้ท่อต่อน้ำจากบ่อน้ำไปใช้ที่บ้าน ซึ่งทำให้ชีวิตของชนชาติไตสะดวกสบายมากขึ้น นอกจากนี้ ในงานเฉลิมฉลองเทศกาลสำคัญๆ ชนชาติไตยังได้ตักน้ำในบ่อน้ำเพื่อนำไปประกอบพิธีกรรมต่างๆ เช่น พิธีหยดน้ำเป็นต้น ซึ่งประเพณีนี้ไม่เพียงแสดงให้เห็นถึงความเคารพที่ชนชาติไตมีต่อบ่อน้ำเท่านั้น แต่ยังสะท้อนให้เห็นถึงการยึดมั่นและการสืบทอดวัฒนธรรมดั้งเดิมของชนชาติไตอีกด้วย

傣族水井 1（刀丽　摄）

บ่อน้ำชนชาติไต 1

傣族水井 2（刀丽　摄）

บ่อน้ำชนชาติไต 2

傣族水井 3（刀丽　摄）

บ่อน้ำชนชาติไต 3

傣族水井 4（刀丽　摄）
บ่อน้ำชนชาติไต 4

10

第十章　西双版纳傣族非物质文化遗产

บทที่ ๑๐ มรดกทางวัฒนธรรมที่จับต้องไม่ได้ของชนชาติไต สิบสองปันนา

第一节　傣族章哈
ตอนที่ ๑　จางฮาของชนชาติไต

“章哈”一词音译自傣语，“章”是会，“哈”是唱，章哈是指歌手或善于歌唱的人。“章哈”的另一层含义是指傣族的一种演唱表演艺术形式。傣族人常言：“生活中没有章哈，就像菜里没有盐。”从这句话中可以看出，傣族是一个喜爱唱歌跳舞的民族。章哈作为傣族群众最喜闻乐见的民间艺术之一，在傣族社会生活中有着不可替代的影响和作用。

คำว่า “จางฮา” เป็นคำทับศัพท์ มาจากภาษาชนชาติไต “จาง” หมายถึงเป็น และ“ฮา” หมายถึงร้องเพลง “จางฮา” หมายถึงนักร้องหรือผู้ที่มีความสามารถในการร้องเพลง ยังหมายถึงศิลปะการแสดงในรูปแบบการร้องเพลงอีกอย่างหนึ่งของชนชาติไต มีคำกล่าวของชนชาติไตที่ว่า “หากการดำรงชีวิตของชนชาติไตไม่มีจางฮาก็เหมือนรสชาติอาหารที่ปราศจากเกลือ” จากประโยคนี้จะเห็นได้ว่าชนชาติไตเป็นชนเผ่าหนึ่งที่ชอบในการร้องรำทำเพลง จางฮาเป็นศิลปะพื้นบ้านที่ชนชาติไตชื่นชอบอีกอย่างหนึ่ง ซึ่งมีบทบาทและมีอิทธิพลต่อชีวิตความเป็นอยู่ของชนชาติไตเป็นอย่างมาก

关于章哈产生的确切年代，有许多种说法。传说距今 2500 年前，有个叫“玛哈戛宰雅纳听”的人，把佛经编成了唱词。又传说叭阿拉武[①]狩猎来到西双版纳，有一次打到一只金鹿，他把鹿肉分给大家吃。于是，大

① 叭阿拉武，傣族传说中的傣族首领。

家欢欣歌舞，舞得好的成了“章凡”，[1]唱得好的成了“章哈”。[2]

มีตำนานเรื่องเล่าขานมากมายที่เกี่ยวกับต้นกำเนิดของจางฮา เช่น เล่ากันว่า เมื่อ ๒,๕๐๐ ปีก่อน มีชายคนหนึ่งชื่อว่า มหาคานส์เจยานาธิงได้รวบรวมพระไตรปิฎกเป็นบทร้อง อีกตำนานเล่ากันว่า เจ้าพระอราวุฒิออกล่าสัตว์มาถึงสิบสองปันนา และมีอยู่ครั้งหนึ่งล่าได้กวางทองตัวหนึ่ง เขาแบ่งเนื้อกวางให้ทุกคนกิน ทุกคนจึงร้องเพลงและเต้นรำด้วยความดีใจ ผู้ที่รำได้ดีถูกเรียกว่าจางฟาน และผู้ที่ร้องเพลงได้ดีจะถูกเรียกว่าจางฮา

此外，民间还流传着《滴水成歌调》和《章哈与嘎兰多鸟》的传说。《滴水成歌调》记载的是：母女二人在山坡上种菜，菜地不远处有一帘瀑布，母女俩渴了累了就到瀑布旁饮水歇息。流水从高处淌下来，发出清脆婉转的声音，好似温柔甜蜜的吟唱。后来，每当劳累时，女儿就来到泉边倾听流水的声音，伴随流水的节奏边听边学着哼唱出心中的感受。天长日久，山泉流动的音响全都转化为姑娘自己的歌声。她到处去传唱流水般优美动听的歌调，人们一代代传承下来，就成了傣歌的调子，这位姑娘则成了傣族的第一位章哈。

นอกจากนี้ ยังมีตำนานที่ชาวบ้านเล่ากันได้แก่ “ตำนานหยดน้ำในบทเพลง” และ “จางฮากับนกกาลันโด” “ตำนานหยดน้ำในบทเพลง” บันทึกไว้ว่า มีแม่ลูกคู่หนึ่งปลูกผักอยู่บนเนินเขาที่เนินเขามีน้ำตก ซึ่งเมื่อทั้ง ๒ รู้สึกเหนื่อยล้าหรือกระหายน้ำ ก็จะไปที่น้ำตกนั้น เพื่อพักผ่อนและดื่มน้ำแก้กระหาย การได้ยินเสียงน้ำตกไหลส่งเสียงดังกังวาลไพเราะ เป็นเหมือนบทเพลงที่อ่อนหวาน หลังจากนั้น เมื่อใดที่หญิงสาวรู้สึกเหนื่อยล้าจากการทำงาน เธอก็จะเดินไปที่น้ำตก เพื่อฟังเสียงน้ำที่ตกกระทบลงมา พร้อมกับร้องเพลงตามทำนองเสียงน้ำที่ได้ยิน เธอได้ฝึกร้องเพลงตามทำนองเสียงน้ำตกที่ไหลลงมา จนทำให้เสียงของเธอไพเราะ

---

① “章凡”，是傣语，“章”意为会，“凡”意为舞蹈，章凡是指会跳舞的人。

② 段其儒：《西双版纳傣族章哈现状》，见刀波，主编：《傣族非物质文化遗产概说》，民族出版社 2010 年版，第 142 页。

เหมือนดั่งสายน้ำ เธอได้ขับร้องบทเพลงอันไพเราะของเธอไปทุกหนทุกแห่งและได้สืบทอดจากรุ่นสู่รุ่น จนกลายเป็นบทเพลงของชนชาติไต และนับว่าเธอเป็นจางฮาคนแรกของชนชาติไต

《章哈与嘎兰多鸟》记载的则是：有一位姑娘，从嘎兰多鸟婉转动听的鸣叫声中得到启示和灵感，于是她每天都到森林里倾听并模仿嘎兰多鸟的“当—啰—当—啰”的叫声，直到有一天许多人都听到了她那悠扬的歌声，于是就有了章哈。

ตำนาน “จางฮากับนกกาลันโด” บันทึกไว้ว่า มีหญิงสาวคนหนึ่ง ซึ่งเธอได้รับแรงบันดาลใจจากเสียงร้องอันไพเราะของนกกาลันโด เธอไปป่าทุกวันเพื่อไปฟังเสียงร้องของนก เสียงของนกที่ร้องออกมาจะเป็นเสียง “Dang-luo-dang-luo” เธอจึงได้เลียนแบบเสียงรอ้งของนกนั้น จนมาวันหนึ่งมีชาวบ้านจำนวนมากมายได้ยินขึ้นมา จางฮาก็เลยเกิดขึ้น

从傣族的传说及其他有关资料来考证，傣族章哈产生于公元 6 世纪至 8 世纪。[①]

ดูจากตำนานของชนชาติไตและข้อมูลอื่นๆ ที่เกี่ยวข้องคาดว่า จางฮาเกิดขึ้นระหว่างศตวรรษที่ ๖ ถึง ๘

传统章哈包括独唱和对唱两种形式。通常，章哈的表演由两人合作完成，一人负责演唱章哈，另一人则负责伴奏。在演唱过程中，存在两种伴奏形式。一种是以类似于二胡的弦乐器“定”进行伴奏，这种演唱形式的内容多为山歌和情歌，常用于年轻男女表达爱意的场合，被称为“哈赛定”。另一种则是使用形似竹笛的管乐器“筚”，这种演唱形式被称为“哈赛筚”，多用于演唱祝福歌、祈祷歌及固定唱本的叙事长歌等，常用于喜庆场合。

---

① 张公瑾：《傣族文化研究》，云南民族出版社 1988 年版，第 73 页。

การขับร้องจางฮาแบบดั้งเดิมมี ๒ รูปแบบคือ แบบร้องเดี่ยวและแบบร้องคู่ การขับร้องจางฮาส่วนใหญ่จะเป็นคู่ โดยคนหนึ่งเล่นเครื่องดนตรีและอีกคนเป็นผู้ขับร้อง เครื่องดนตรีที่ใช้เล่นประเภทแรกคือ พวกเครื่องสายเรียกว่า “ดิง” เป็นเครื่องสายคล้ายๆ ซอ เครื่องดนตรีประเภทนี้จะใช้บรรเลงเพลงพื้นบ้านและเพลงรัก ซึ่งมักจะเป็นบทเพลงที่หนุ่มสาวใช้บอกกล่าวเรื่องความรัก และเครื่องดนตรีอีกประเภทหนึ่งคือ เครื่องเป่าที่มีลักษณะคล้ายๆ กับขลุ่ยไผ่ เครื่องดนตรีประเภทนี้จะใช้กับบทเพลงอวยพร เพลงสวดมนต์ และเพลงบทยาวที่มีเนื้อหาที่เฉพาะส่วนใหญ่จะพบในงานที่เป็นมงคลต่าง ๆ

章哈演唱的内容包括傣族社会、历史、文化的各个方面，可称为傣族社会的百科全书。内容大致分为以下几类：古代神话史诗，历史故事，宗教故事，训世箴言和寓言教义，文学唱本，天文地理、历法算术、占卜和字母来历等的唱词，祝词、贺词，对领主头人的颂词。[①]

เนื้อหาที่จางฮาขับร้องกัน จะรวมเนื้อหาในทุกๆ ด้าน ไม่ว่าจะเป็นด้านสังคม ประวัติศาสตร์ หรือวัฒนธรรมของชนชาติไต ซึ่งอาจเรียกได้ว่า เป็นสารานุกรมสังคมชนชาติไต ส่วนเนื้อหาที่ร้องจะแบ่งประเภทได้ดังนี้ ๑. มหากาพย์ตำนานโบราณ ๒. เรื่องราวทางประวัติศาสตร์ ๓. เรื่องราวทางศาสนา ๔. สุภาษิตและคำสอนที่เป็นนิทาน ๕. บทร้องวรรณกรรม ๖. บทร้องที่เกี่ยวกับภูมิศาสตร์ ดาราศาสตร์ การทำนายและที่มาของตัวอักษร ๗. คำอวยพร และ๘. คำสรรเสริญแด่ขุนนาง

章哈演唱的场合多为节日和喜庆活动，如傣历新年、关门节、开门节、乔迁新居、婚礼及升小和尚等。在这一天，人们会摆好酒席，备好精美的礼物邀请当地有名望的章哈，到主人家精心布置的场所进行演唱。当表演开始时，章哈会手持一把扇子，等伴奏的傣笮吹响前奏后，就亮开嗓子唱起来：首先赞美主人家的聪明才智、慷慨大方和热情好客，然后才转入今天演唱的主题。

① 张公瑾：《傣族文化研究》，云南民族出版社 1988 年版，第 56 页。

โอกาสที่จางฮาจะทำการขับร้องเพลงส่วนใหญ่จะอยู่ในช่วงเทศกาลหรืองานฉลองต่างๆ เช่น งานสงกรานต์ งานเข้าพรรษาออกพรรษา ขึ้นบ้านใหม่ งานแต่งงานหรืองานบวชเป็นต้น ชนชาติไตจะจัดเตรียมข้าวของเพื่อเชิญจางฮาที่มีชื่อเสียงมาขับร้องที่บ้าน ซึ่งทางเจ้าของบ้านจะมีการจัดเลี้ยงอาหาร และจัดเตรียมสถานที่สำหรับให้จางฮาแสดง ในขั้นตอนการแสดง จางฮาจะถือพัดปิดหน้าเอาไว้ เมื่อได้ยินเสียงขลุ่ย (ชนชาติไต) ดังขึ้น จึงจะเริ่มขับร้อง ส่วนใหญ่การขึ้นต้นของเนื้อร้องจะเป็นการชม ยกย่องและอวยพรเจ้าบ้าน จากนั้น ถึงจะขึ้นเนื้อหาที่เกี่ยวข้องกับงานในวันนั้น

如果是贺新居，章哈就唱傣家竹楼的来历，从帕雅桑木底如何从狗坐雨中、凤凰展翅的启示中创造发明了干栏式的竹楼，转而唱主人家如何勤劳能干，砍来了最好的料子做柱子、横梁、椽子等，草排编得如何好，或者挂瓦烧得如何结实漂亮，然后是邻居们团结一致，等等。

ถ้าในงานวันขึ้นปีใหม่ จางฮาจะขับร้องเนื้อหาที่เกี่ยวกับที่มาที่ไปของบ้าน จะกล่าวถึงความเป็นมาของวิธีการสร้างบ้านการสร้างบ้านแบบใต้ถุงสูงนั้นมาจากการค้นพบของพยาแสงมุขดี ซึ่งท่านได้สังเกตจากท่ามกลางสายฝนและการกางปีกของนกฟีนิกซ์ ส่วนเนื้อร้องต่อมาจะกล่าวถึงการได้มาของบ้านว่า เจ้าบ้านจะต้องตรากตรำทำงานหนัก เพื่อเสาะหาวัสดุและไม้ที่ดีที่สุดในการสร้าง อีกทั้งยังกล่าวถึงการลงเสา การทำคาน การสานหญ้าเพื่อทำเป็นหลังคา หรือกระเบื้องที่นำมาแขวน จะต้องเผาอย่างไรให้เกิดความสวยงามและความทนทานต่อการอยู่อาศัยและการได้รับความร่วมมือร่วมแรงจากเพื่อนบ้านในหมู่บ้านเป็นต้น

若是婚嫁场合，章哈就唱新郎新娘天造地设，以及新人父母的养育之恩等。当章哈唱到精彩动人之处，观众会不约而同地喝彩叫好。如果想让婚礼更加生动有趣，便邀请两位章哈进行对唱。章哈演唱有时从白天唱到深夜，有时从夜里唱到天明，甚至有时连唱几天几夜。

หากขับร้องในงานแต่งงาน เนื้อร้องจะกล่าวถึงเจ้าบ่าวเจ้าสาวและบุญคุณ

ของบุพการีที่ได้อบรมสั่งสอนและเลี้ยงดูทั้งสองมา ในงานเมื่อเนื้อร้องท่อนไหนที่จางฮาร้องแล้วถูกใจผู้ฟัง จางฮาจะได้รับเสียงปรบมือและเสียงโห่ร้องจากผู้ฟัง หากอยากจะให้งานแต่งมีชีวิตชีวาและสนุกมากขึ้น ก็ต้องเชิญจางฮามาร้องเป็นคู่ เพราะร้องคู่จะเป็นการร้องแบบเพลงปฏิพากย์โต้ตอบกัน บางครั้งอาจจะร้องกันตั้งแต่กลางวันจนถึงกลางคืน บางครั้งอาจจะร้องตั้งแต่กลางคืนจนถึงรุ่งสางหรือบางทีก็จะร้องติดกันหลายวันหลายคืน

过去，人们白天辛勤劳作，晚上缺乏娱乐活动，邀请章哈演唱便成为一种娱乐方式，用以丰富他们的生活。所以，传统的章哈演唱通常在晚上进行，并且演唱时间相对较长，经常会持续通宵，甚至延续到第二天中午。然而，随着时代的变迁，现代的章哈演唱不再局限于晚上，也可以在白天进行。这种变化是顺应时代发展和人们需求的结果。

ชนชาติไตสมัยก่อน จะทำงานหนักในตอนกลางวัน ส่วนในตอนกลางคืนนั้น ก็จะรู้สึกว่าขาดกิจกรรมบันเทิง จึงได้เชิญจางฮามมาขับร้อง เพื่อเป็นการสร้างความบันเทิงให้กับการดำรงชีวิตของพวกเขา ดังนั้น ในสมัยก่อน จางฮาจะมาขับร้องเพลงในตอนกลางคืน และเวลาขับร้องจะค่อนข้างยาวนาน มักจะร้องกันทั้งคืนหรือจนถึงเที่ยงของวันถัดไป แต่เมื่อยุคสมัยเปลี่ยนไป การขับร้องของจางฮาในยุคปัจจุบัน จึงไม่จำเป็นต้องเป็นช่วงกลางคืนเท่านั้น อาจจะเป็นเวลากลางวันก็ได้ การเปลี่ยนแปลงดังกล่าว เป็นผลมาจากการพัฒนาเพื่อให้สอดคล้องกับยุคสมัยและความต้องการของชนชาติไต

章哈在傣族社会生活中扮演着以下重要角色：一是启蒙教育者。为了能让孩子受到早期启蒙教育，趁孩子三五岁学唱歌时，章哈便把傣文字母编排成通俗易懂的、有韵律的儿歌进行广泛普及，这种做法在当地备受欢迎。二是傣族社会伦理道德的宣传者。通过为歌曲作词的方法，告诫人们不要战争，不要杀生，爱好和平，保护生态环境，尊老爱幼，团结互助，遵守傣族祖辈制定的道德规范。三是宣传思想工作必不可少的联络员。章哈承担了上情下达、下情上传的任务，是倾听民意、反映民情的渠道和窗口，是联系群众的桥梁和纽带。

จางฮามีบทบาทสำคัญต่อชีวิตของชนชาติไตเป็นอย่างมาก อย่างประการแรก เพื่อเป็นการวางรากฐานให้เด็กที่ก่อนจะเข้ารับการศึกษา เพราะจางฮาได้เรียบเรียงตัวอักษรชนชาติไตเป็นบทเพลง เพื่อให้เด็กที่มีอายุประมาณ ๓ ถึง ๕ ขวบได้หัดร้องและเข้าใจเนื้อหาได้ง่ายขึ้น ซึ่งได้รับความนิยมเป็นอย่างมาก ประการที่ ๒ จางฮาเป็นเหมือนผู้ที่เผยแพร่จริยธรรมของชนชาติไต เพราะจางฮาจะแต่งบทเพลงเผยแพร่ ที่มีเนื้อหาที่เป็นการเตือนชนชาติไตว่า มิให้ทำสงครามและทำร้ายผู้อื่น ไม่ฆ่าสัตว์รักสันติภาพ รักษาสิ่งแวดล้อมทางนิเวศวิทยา เคารพนบน้อมผู้สูงอายุ รักเด็ก รักสามัคคีและช่วยเหลือกัน ทำให้ชนชาติไตปฏิบัติตัวอยู่บนบรรทัดฐานเดียวกันกับจริยธรรมที่บรรพบุรุษชนกำหนด และประการที่ ๓ จางฮาคือ ผู้ประสานงานและเผยแพร่อุดมการณ์ของชนชาติไต ซึ่งจางฮาได้รับหน้าที่ในการสะท้อนความเดือดร้อนและเสียงเรียกร้องของประชาชน ถือเป็นช่องทางที่เปิดโอกาสให้ชนชาติไตแสดงความคิดเห็น เหมือนสะพานเชื่อมโยงระหว่างชาวบ้านกับสื่อมวลชน

自 1990 年以来，章哈迎来了全新的发展阶段，融入了更多的现代元素。受泰国、缅甸流行音乐及傣族流行音乐的启发，传统章哈歌曲经历了创新与改编，以适应时代的变迁。如今的章哈创作了许多新歌曲，内容和以往不同，如宣传国家政策的歌曲：《西双版纳开通铁路之歌》《高速公路开通之歌》《民族团结之歌》《共筑中国梦之歌》等。大多数歌曲与国家政策宣传有关，歌曲的内容随着时代脚步不断创新。此外，还创作了一些傣族行为准则之歌，告诫人们明辨是非，有所不为和有所必为。比如，禁毒、艾滋病预防和抗击流行病等。

หลังจากปี ค.ศ. ๑๙๐๐ เป็นต้นมา จางฮาได้พัฒนาไปอีกขั้นหนึ่ง มีความทันสมัยมากขึ้น เพราะได้รับอิทธิพลจากเพลงป๊อปสมัยใหม่ที่เผยแพร่มาจากประเทศไทยและประเทศพม่า รวมทั้งเพลงป๊อปชนชาติไตด้วย ทำให้ประเพณีจางฮาแบบดั้งเดิมได้มีการปรับปรุงและดัดแปลงให้ทันกับยุคสมัยที่เปลี่ยนแปลงไปมากขึ้นและ

มีการสร้างสรรค์บทเพลงใหม่ๆ ที่มีเนื้อหาต่างไปจากเดิม เช่น การร้องเพลงที่มีเนื้อหาที่สอดคล้องกับนโยบายของรัฐ อาทิ เพลงสิบสองปันนาเปิดทางรถไฟ เพลงเปิดทางด่วน เพลงความสามัคคีของคนในชาติ เพลงร่วมสร้างความฝันแห่งจีนเป็นต้น เพลงส่วนใหญ่เป็นเพลงที่เกี่ยวกับการเผยแพร่นโยบายของรัฐ เนื้อหาของเพลงมักจะเป็นเนื้อหาใหม่ๆ ที่เกิดขึ้นในยุคปัจจุบัน นอกจากนี้ ยังมีการแต่งเพลงที่มีเนื้อหาเกี่ยวกับพันธนาการพฤติกรรมของชนชาติไต ซึ่งเกี่ยวกับการสอนให้ผู้ฟังรู้ว่าอะไรควรทำอะไรไม่ควรทำ เช่น การปราบปรามยาเสพติด การป้องกันโรคเอดส์และการต่อสู้กับโรคระบาด

随着时代的变迁和流行音乐的盛行，年轻人对章哈的兴趣逐渐减弱。然而，这并不意味着章哈将会消失。相反，在傣族的传统节日和庆典上，章哈的歌声仍然悠扬响起，成为连接过去与现在、传统与现代的纽带。在现代社会中，章哈的角色也在逐渐转变，它不再仅仅是一种谋生的手段，而是成为展示傣族文化的重要方式。

ด้วยการเปลี่ยนแปลงของยุคสมัยและความนิยมของเพลงป๊อป ความสนใจที่วัยรุ่นมีต่อจางฮาค่อยๆ ลดลง อย่างไรก็ตาม นี่ไม่ได้หมายความว่า จางฮาจะหายไป แต่ในทางตรงกันข้าม เสียงขับร้องของจางฮายังคงดังไพเราะในงานเทศกาลและงานเฉลิมฉลองของชนชาติไต ซึ่งเป็นเหมือนตัวเชื่อมระหว่างอดีตกับยุคปัจจุบันและความดั้งเดิมกับความทันสมัย ในสังคมสมัยนี้ บทบาทของจางฮาได้ค่อยๆ เปลี่ยนแปลงไป จางฮาไม่ใช่แค่อาชีพทำมาหากินอีกต่อไป แต่กลายเป็นช่องทางสำคัญในการนำเสนอวัฒนธรรมของชนชาติไต

同时，仍有一群坚守传统的傣族人，他们深知章哈对傣族文化的重要性。为了传承这一传统艺术形式，他们建立了章哈传习所，致力于培养新一代的章哈传承人。这些举措为年轻人提供了接触和学习章哈的机会，让他们能够亲身感受这种传统艺术的魅力。

ขณะเดียวกัน ก็ยังมีกลุ่มชนชาติไตที่ยังคงยึดมั่นในประเพณีอันดีงามนี้ไว้ ซึ่งตระหนักถึงความสำคัญของจางฮาที่มีต่อวัฒนธรรมชนชาติไต และเพื่อ

เป็นการสืบทอดศิลปะรูปแบบดั้งเดิมนี้ จึงได้จัดตั้งโรงสอนจางฮาขึ้น เพื่อฝึกสอนจางฮารุ่นใหม่ให้สืบทอดต่อไป

此外，政府部门和社会团体也参与到章哈的传承中来。他们通过举办章哈比赛、章哈交流会等活动，吸引了更多的年轻人参与章哈表演。这些活动不仅为章哈的传承注入了新的活力，也让更多的人了解和欣赏到了傣族文化的独特魅力。

นอกจากนี้ ยังมีภาครัฐและองค์กรสังคมต่างๆ เข้ามาช่วยสืบทอดจางฮา พวกเขาชักชวนให้วัยรุ่นมีส่วนร่วมการแสดงของจางฮา โดยการจัดกิจกรรมต่างๆ เช่นการแข่งขันจางฮาและงานการแลกเปลี่ยนความรู้จางฮา กิจกรรมเหล่านี้ไม่เพียงเป็นแรงผลักดันในการสืบทอดจางฮาเท่านั้น แต่ยังทำให้ผู้คนได้รู้จักและชื่นชมเสน่ห์อันเป็นเอกลักษณ์ของวัฒนธรรมชนชาติไตมากยิ่งขึ้น

章哈唱词——《齐心协力抗疫情》

演唱章哈：玉叫

歌词翻译：玉拉罕

歌词大意：

万众一心，共抗疫情，
不恐慌，不传谣。
病无情，人间有情，
相信党，相信政府。
出门戴口罩，勤洗手，做好防护，
避免感染，远离病毒。
听党指挥，听政府的话。

บทขับร้องจางฮา — ร่วมแรงร่วมใจกันต่อต้านโรคระบาด

จางฮาผู้ขับร้อง: อีแก้ว

ผู้แปลเนื้อเพลง: อีลาห้าน

ความหมายเนื้อเพลง:
รวมพลังต้านโรคระบาด
ไม่ตื่นตระหนก และไม่ปล่อยข่าวลือ
ความเจ็บป่วยไร้ความปราณี แต่ในโลกเต็มไปด้วยความรัก
เชื่อมั่นในพรรค เชื่อมั่นในรัฐ
ออกจากบ้านสวมหน้ากากอนามัย ล้างมือบ่อยๆ ป้องกันอย่างดี
หลีกเลี่ยงการติดเชื้อ ห่างไกลจากเชื้อไวรัส
ฟังคำสั่งของพรรค ฟังคำพูดของรัฐ

第二节　傣族慢轮制陶

ตอนที่ ๒　เครื่องปั้นดินเผาม่านหลุน (วงล้อช้า) ของชนชาติไต

慢轮制陶是一种历史悠久的傣族传统工艺，借助慢速转动的轮子来制作陶器。2006 年，傣族的慢轮制陶工艺被列入第一批《国家级非物质文化遗产名录》，凸显了其深厚的文化底蕴和独特的民族智慧。这一工艺不仅是傣族人民重要的生活技能，也是传承和弘扬傣族文化的重要载体。

การทำเครื่องปั้นดินเผาม่านหลุนเป็นฝีมือที่มีประวัติศาสตร์อันยาวนาน การประดิษฐ์เครื่องปั้นดินเผาด้วยวิธีนี้จะใช้วงล้อหมุนช้าๆ และฝีมือการทำเครื่องปั้นดินเผาม่านหลุนของชนชาติไต ได้ขึ้นทะเบียนในรายการมรดกทางวัฒนธรรมที่จับต้องไม่ได้ระดับชาติชุดแรก เมื่อปี ค.ศ. ๒๐๐๖ ซึ่งก็ทำให้วัฒนธรรมที่ลึกซึ้งและภูมิปัญญาพื้นเมืองอันมีเอกลักษณ์นี้เป็นที่ประจักษ์ขึ้น งานฝีมือนี้ไม่เพียงแต่เป็นทักษะในการดำรงชีวิตของชนชาติไตเท่านั้น แต่ยังเป็นต้นแบบในการสืบทอดและเผยแพร่วัฒนธรรมของชนชาติไตอีกด้วย

慢轮制陶工艺渊源

ต้นกำเนิดของฝีมือการทำเครื่องปั้นดินเผาม่านหลุน

追溯慢轮制陶的历史起源，可上溯至4000多年前的傣族先民。在长期的生产生活中，他们逐渐掌握了制陶技术，并将其发展成为一种独具特色的艺术形式。随着历史的演进，傣族慢轮制陶工艺不断发展和完善，形成了独特的工艺体系和艺术风格。

ต้นกำเนิดของฝีมือการทำเครื่องปั้นดินเผาม่านหลุน หากมองย้อนกลับไปถึงแหล่งที่มาก็คงต้องย้อนไปถึงบรรพบุรุษของชนชาติไตเมื่อ ๔,๐๐๐ กว่าปีก่อน ในช่วงเวลาที่พวกเขาดำรงชีวิตอยู่ พวกเขาค่อยๆ ได้รู้จักการทำเครื่องปั้นดินเผา และได้มีการพัฒนาจนกลายเป็นรูปแบบศิลปะที่มีลักษณะเฉพาะอีกประเภทหนึ่ง เมื่อกาลเวลาผ่านไป ฝีมือการทำเครื่องปั้นดินเผาม่านหลุนของชนชาติไตก็ได้พัฒนาและปรับปรุงอย่างต่อเนื่อง จนทำให้เกิดเป็นเทคนิคการปั้นเครื่องดินเผาที่มีกระบวนการเฉพาะและมีรูปแบบศิลปะอันเป็นเอกลักษณ์เฉพาะ

西双版纳傣族创世史诗《巴塔麻嘎捧尚罗》第十三章“人类大兴旺”第九节“制造瓷器铜器”[①]中写道：

神对帕雅桑木底[②]说：

มหากาพย์ปฐมกาลของชนชาติไตของสิบสองปันนาเรื่องบาตามากาชานโร บทที่ ๑๓ “ความเจริญรุ่งเรืองของมนุษยชาติ” ตอนที่ ๙ “การทำเครื่องปั้นดินและทองแดง” เขียนไว้ว่า

พระเจ้าบอกพยาแสงมุขดีว่า

---

① 西双版纳州民委，编：《巴塔麻嘎捧尚罗》，岩温扁，译，云南人民出版社1989年版，第420–423页。

② “帕雅桑木底”是傣族创世史诗《巴塔麻嘎捧尚罗》中的人物，原为天上的神，名为嘎古纳。天神看到人间不太平，便派其下凡间做人类的首领。

人每天吃饭
人每天喝水
没有碗和锅
用什么来装
叶片太软了
树皮太脆了
装不了汤水
快用土做碗

มนุษย์ต้องกินข้าวทุกวัน
มนุษย์ต้องดื่มน้ำทุกวัน
ไม่มีชามและหม้อ
ใช้อะไรมาใส่
ใบไม้อ่อนเกินไป
เปลือกไม้กรอบเกินไป
ไม่สามารถใส่น้ำซุปได้
รีบนำดินมาทำชาม

水边有黑土
水边有黄土
黄土和黑土
是大地的污垢
用它捏“万”①
用它捏“莫”②
用它捏“盎”③

① “万”：傣语，即碗。
② “莫”：傣语，即锅。
③ “盎”：傣语，即盆。

ริมน้ำมีดินสีดำ
ริมน้ำมีดินสีเหลือง
ดินดำกับดินเหลือง
ใช้มันปั่นเป็นชาม
ใช้มันปั่นเป็นหม้อ
ใช้มันปั่นเป็นกะละมัง

之后，帕雅桑木底按照神的指点，将傣族先民叫来，取土来先捏碗再捏盆最后捏锅，有各种形状，包括方的、圆的、筒的。傣族先民把刚捏好的碗、盆和锅拿去打水喝，大人小孩很快都叫起来：

หลังจากนั้น พยาแสงมุขดีได้เรียกบรรพบุรุษชนชาติไตมา ตามคำแนะนำของพระเจ้า ให้ไปเอาดินมาปั่นเป็นชามก่อนแล้วปั่นเป็นอ่างและสุดท้ายปั่นเป็นหม้อ ซึ่งมีหลากหลายรูปแบบ ทั้งทรงสี่เหลี่ยม ทรงกลม ทรงกระบอก บรรพบุรุษชนชาติไตเอาชาม กะละมัง หม้อ ที่ปั่นเสร็จไปใส่น้ำดื่ม ทั้งเด็กและผู้ใหญ่ร้องว่า

土碗不好
土盆不好
被水吃啦
随水跑啦
端着也重
不如用叶
不如用皮

ชามดินไม่ดี
กะละมังดินไม่ดี
โดนน้ำกินแล้ว
วิ่งไปกับน้ำแล้ว
ถือก็หนัก

ไม่ดีเท่าใบไม้
ไม่ดีเท่าเปลือกไม้

天神听到人们说土碗、土盆不好用，又指点说：

พระเจ้าได้ยินคนพูดว่าชามดิน กะละมังดินใช้งานยาก ก็แนะนำอีกว่า

千亿万年前
神火烧大地
大地变硬了
漂在大水中
不被水吃掉

หนึ่งแสนล้านปีก่อน
ไฟศักดิ์สิทธิ์ไหม้แผ่นดิน
แผ่นดินแข็งกระด้าง
ลอยอยู่บนน้ำ
ไม่โดนน้ำกิน

如今土做碗
也得晒干后
再用火烧它
使土变硬
使碗变硬
装水水不吃
人用也好用
告诉你们吧
这叫作“贡莫”①

① “贡莫”：傣语，“贡”是烧，“贡莫”就是烧出来的锅的意思。

这叫作“贡万”①

ทุกวันนี้ใช้ดินทำชาม
ต้องตากแดดให้แห้งก่อน
ใช้ไฟเผามันอีกครั้ง
ทำให้ดินแข็ง
ทำให้ชามแข็ง
ใส่น้ำไม่โดนน้ำกิน
มนุษย์ใช้งานได้ดี
บอกพวกคุณเถอะ
นี่เรียกว่า หม้อเผา
นี่เรียกว่า ชามเผา

从上述傣族创世史诗内容可以看到，那时候傣族就已经掌握了制陶的工艺，并代代相传。

จากเนื้อหามหากาพย์ปฐมกาลชนชาติไตที่กล่าวถึงข้างต้นนี้ เห็นว่าสมัยนั้นชนชาติไตได้เรียนรู้ฝีมือการทำเครื่องปั้นดินเผาและได้สืบทอดกันมาจนรุ่นสู่รุ่น

在西双版纳的傣族村落中，古老的制陶作坊仍然保留着传统的工艺和工具。这些作坊不仅是工艺传承的场所，更是傣族文化的活化石。陶艺师在这里传承古老的工艺，用双手和智慧将泥土塑造成各种形状，展现出傣族文化的独特魅力。

ในหมู่บ้านชนชาติไตที่สิบสองปันนา โรงงานเครื่องปั้นดินเผาโบราณยังคงรักษาฝีมือการทำและเครื่องมือแบบดั้งเดิมไว้ โรงงานเหล่านี้ไม่เพียงเป็นที่สำหรับสืบทอดงานฝีมือเท่านั้น แต่ยังเป็นแหล่งซากดำบรรพ์ที่มีชีวิตของวัฒนธรรมชนชาติไตอีกด้วย พวกช่างปั้นเครื่องดินเผาที่นี่ จะเป็นผู้สืบทอดงานฝีมือโบราณ

① “贡万”：傣语，烧出来的碗的意思。

พวกเขาจะใช้มือและภูมิปัญญาที่มีในการปั้นดินเหนียวให้เป็นรูปทรงต่างๆ ซึ่งแสดงให้เห็นถึงเสน่ห์ที่มีเอกลักษณ์ของวัฒนธรรมชนชาติไต

陶器功能

ประโยชน์ของเครื่องปั้นดินเผา

傣族慢轮制陶工艺不仅是一种手工工艺，更是一种文化传承和表达。在传统傣族社会中，陶器是日常生活的必需品。在傣寨的休息亭子里，摆放着盛满水供路人饮用的陶罐；傣族老人喜欢用陶锅煮饭菜，认为这样煮出来的饭菜更香且陶锅具有保鲜功能。此外，陶器在傣族的文化礼仪场合中也扮演着重要角色，如祭祀时盛放物品的陶器，以及泼水节仪式上傣族姑娘担着的传统傣族陶罐。

ฝีมือการทำเครื่องปั้นดินเผาม่านหลุนของชนชาติไต ไม่เพียงแต่เป็นวิธีทางศิลปการช่างเท่านั้น แต่ยังเป็นการสืบทอดและแสดงออกทางวัฒนธรรมอีกด้วย ในสังคมดั้งเดิมของชนชาติไต เครื่องปั้นดินเผาเป็นสิ่งจำเป็นในชีวิตประจำวัน ซึ่งเห็นได้จากศาลาสำหรับพักผ่อนที่หมู่บ้านชนชาติไต จะมีโถดินเผาวางไว้เพื่อใส่น้ำดื่มให้แก่ผู้คนที่เดินผ่านไปผ่านมา และผู้สูงอายุชนชาติไตมักจะชอบใช้หม้อดินเผาในการทำอาหาร อันเนื่องจากพวกเขาคิดว่าอาหารที่ปรุงจากหม้อดินเผานี้ จะค่อนข้างเอร็ดอร่อยและหม้อดินเผาสามารถถนอมอาหารได้ นอกจากนี้ เครื่องปั้นดินเผายังมีบทบาทสำคัญในพิธีกรรมทางวัฒนธรรมของชนชาติไต เช่น เครื่องปั้นดินเผาเป็นภาชนะสำหรับบรรจุสิ่งของที่ใช้ในพิธีเซ่นไหว้ และจะใช้พิธีงานสงกรานต์ โดยจะปั้นเป็น กระปุกดินเผาและให้หญิงสาวชนชาติไตหาบในงานพิธี

在历史的长河中，傣族慢轮制陶工艺不断传承和发展，从最初的生活用品，如瓢、碗、罐等，逐渐发展到具有艺术价值的工艺品，如摆件、雕塑等。至今，这些陶器在傣族日常生活中仍发挥着重要作用，老一辈的傣族人喜欢将其作为生活器皿，而年轻人则喜欢用它们来喝茶、插花。

ในประวัติศาสตร์อันยาวนานนี้ ฝีมือการทำเครื่องปั้นดินเผาม่านหลุนของชนชาติไต ได้สืบทอดต่อมาและพัฒนาอย่างต่อเนื่อง จากเครื่องปั้นดินเผาที่ทำเป็นเครื่องใช้ในชีวิตประจำวัน เช่น กระบวย ชามและกระปุกเป็นต้น ค่อยๆ พัฒนามาเป็นงานหัตถกรรมที่มีคุณค่าทางศิลปะ เช่น เครื่องประดับและประติมากรรม จนปัจจุบัน เครื่องปั้นดินเผาเหล่านี้ยังคงมีบทบาทสำคัญในชีวิตประจำวันของชนชาติไต คนรุ่นเก่ามักนำมาใช้เป็นเครื่องใช้ภายในบ้าน ส่วนคนรุ่นใหม่ชอบนำไปใช้ในการดื่มน้ำชาและการจัดดอกไม้

慢轮制陶工艺工具

เครื่องมือสำหรับการทำเครื่องปั้นดินเผาม่านหลุน

慢轮制陶工艺是一种独特的工艺，其工具包括一个倒置的木质轮盘，轮盘上有齿轮，中央有孔可插入木棍，使其可顺、逆时针转动。制作过程中，还需要长方形和半圆形的竹刮来修整陶坯，斜切竹刀用于刮修，木拍和鹅卵石则用于拍打加固陶坯器壁。木拍还可用于刻印花纹，而粗布则用于抹光壁面，使其更加光滑。

เครื่องปั้นดินเผาม่านหลุนเป็นงานฝีมือที่มีเอกลักษณ์เฉพาะ ซึ่งมีเครื่องมือที่ประกอบด้วยแป้นหมุนไม้ทรงกลมที่ติดตั้งกลับด้านและมีฟันเฟือง ตรงกลางมีช่องสำหรับสอดแทงไม้ลงไปเพื่อให้สามารถหมุนได้ตามเข็มและทวนเข็มนาฬิกา ในกระบวนการผลิตจำเป็นต้องใช้เครื่องขูดไม้ไผ่สี่เหลี่ยมและครึ่งวงกลมเพื่อตัดแต่งรูปทรงดินเผา และจะใช้มีดไม้แบบเอียงมาขูดให้เรียบ ใช้ไม้ตีและหินเพื่อทุบเสริมพื้นผิวของเครื่องปั้นดินเผาให้มีความแข็งแรง ไม้ตียังสามารถใช้ในการแกะสลักลวดลายได้อีกด้วย ส่วนผ้าหยาบก็ใช้ในการขูดเพื่อทำให้พื้นผิวของเครื่องปั้นดินเผาให้เรียบขึ้น

在傣族中，传统制陶工艺多采取家庭传承的方式，通常由母亲传给女儿或婆婆传给儿媳。从舂土、筛土、拌沙、掺水，到转盘、制坯、打坯、烧陶，这一系列复杂的环节几乎全由女性完成。传说，若男性窥视了烧陶过程，陶器便会瞬间开裂。这种分工方式，似乎是傣族先民对性别角色的自然解读。它不仅确保了慢轮制陶工艺的延续，还使傣族文化在家庭中得到传承和弘扬。然而，随着时代的变迁，这种传统的分工界限已逐渐模糊，男性也开始参与到制陶的过程中。此外，传承方式也不再局限于家庭内部，通过师傅招收徒弟，这一古老工艺得到更广泛的传承。

งานฝีมือเครื่องปั้นดินเผาแบบดั้งเดิมของชนชาติไต ส่วนใหญ่จะถ่ายทอดกันภายในครอบครัวเท่านั้น ปกติจะเป็นการถ่ายทอดจากแม่สู่ลูกสาว จากแม่สามีสู่ลูกสะใภ้ กระบวนการทำเครื่องปั้นดินเผานั้นเริ่มมีความซับซ้อนตั้งแต่ทุบดิน กรองดิน ผสมทรายและซึมน้ำ ไปจนถึงการใช้วงล้อทำแบบจำลอง ปั้นและเผา ซึ่งขั้นตอนเกือบทั้งหมดนี้ล้วนเป็นหน้าที่ของผู้หญิง มีการเล่าขานกันว่า หากมีผู้ชายแอบดูกระบวนทำ เครื่องปั้นดินเผาจะแตกทันที การแบ่งงานนี้ดูเหมือนจะเป็นความเข้าใจของบรรพบุรุษชนชาติไตที่มีต่อบทบาทผู้ชายและผู้หญิง ซึ่งไม่เพียงแต่รักษาฝีมือของการทำเครื่องปั้นดินเผาม่านหลุนให้คงอยู่ต่อไปเท่านั้น แต่ยังได้ส่งเสริมวัฒนธรรมชนชาติไต ให้ได้รับการสืบทอดและเผยแพร่ภายในครอบครัวได้อีกด้วย แต่ทว่าด้วยยุคสมัยที่เปลี่ยนแปลงไป การแบ่งงานตามเพศแบบแต่ก่อนจึงได้ค่อยๆ เลือนหายไป ผู้ชายเริ่มมีส่วนร่วมในกระบวนการทำเครื่องปั้นดินเผามากขึ้น นอกจากนี้ การถ่ายทอดทักษะดังกล่าว ก็ไม่ได้จำกัดอยู่แค่ในครอบครัวอีกต่อไป ช่างทำเครื่องปั้นดินเผาได้เริ่มรับศิษย์ เพื่อให้งานฝีมืออันเก่าแก่นี้สามารถสืบสานต่อไปได้อย่างกว้างขวาง

选土是慢轮制陶的第一步，所用的泥土是当地特有的黏土，这种土质地细腻、黏性好、可塑性强。刚取的土需要放置 3~5 天，待其晾晒干后再进行加工。晒干后的土放在脚碓里舂成细土，再经过反复多次过筛，直至达到理想的细腻度。和泥时，需在筛好的陶土中加入一定比例的水和沙子，以改变泥土的耐热性，防止“跳火”和烧裂。和好的泥团需放置发酵后，方可用来制陶。

การเลือกดินเป็นขั้นตอนแรกของการทำเครื่องปั้นดินเผาม่านหลุน ดินที่เลือกเอามาใช้เป็นดินเหนียวในท้องถิ่น ซึ่งมีเนื้อละเอียด มีความเหนียวดีและปั้นให้เป็นรูปได้ง่ายดี ดินที่ขุดมาใหม่จะต้องทิ้งไว้ ๓ ถึง ๕ วัน เพื่อผึ่งแดด รอจนแห้งก่อนแล้วถึงจะนำไปแปรรูป หลังจากดินที่ผึ่งแห้งแล้วก็นำไปโขลกเป็นดินละเอียด แล้วร่อนผ่านตะแกรงหลายๆ ครั้ง จนได้ความละเอียดตามที่ต้องการ เมื่อผสมดินจะต้องเติมน้ำและใส่ในสัดส่วนที่กำหนดลงในดินที่ร่อนไว้ เพื่อปรับความต้านทานความร้อนของในดินและรอยแตกในเวลาเผา ดินที่ผสมเสร็จแล้วจะต้องหมักทิ้งไว้ก่อนถึงจะสามารถนำไปทำเครื่องปั้นดินเผาได้

制陶时，艺人会用左脚拇指有节奏地拨动轮盘，使其顺时针转动，然后将泥团放在轮盘上，用陶拍将其拍打成扁泥饼，作为陶器的底部。接着，取泥团搓成泥条，将泥条接在器底上进行泥条盘筑，直至完成泥坯。若一根泥条不够接成一整圈，则需再取一根泥条来补接。

เวลาการทำเครื่องปั้นดินเผา ช่างทำเครื่องดินเผาจะใช้นิ้วหัวแม่เท้าซ้ายขยับวงล้อเป็นจังหวะ ให้หมุนตามเข็มนาฬิกา จากนั้น จะวางก้อนดินไว้บนแป้นหมุน แล้ว ตีด้วยไม้ตี จนกลายเป็นแผ่นดินแบนๆ เพื่อเป็นฐานของเครื่องปั้นดินเผา จากนั้นนำก้อนดินมาบีบให้เป็นเส้นดิน แล้วนำเส้นดินมาวางบนฐานเพื่อสร้างพื้นผิวเครื่องปั้นดินเผาจนขึ้นเป็นรูปเรียบร้อย ถ้าหากใช้เส้นดินเส้นหนึ่งไม่พอที่จะสร้างวงกลม ช่างก็จะนำเส้นดินอีกเส้นหนึ่งมาต่อจนขึ้นรูปวงกลมสำเร็จ

首先，在器壁的第一圈之后，在内部与底面相接的地方贴上一圈内壁衬料，用以弥补外层可能存在的不均匀和孔隙。贴衬完毕后，用右手食指将内面抹平，再用拇指将上沿修整为外高内低的斜面。随后，在这个斜面上继续接上另一圈器壁，并重复这个过程，连续向上盘塑。当器壁达到足够的高度后，开始制作口沿，过程与圈接器壁相似，但需要向外倾斜，并且同样需要贴衬内层泥条。之后，用竹片陶刀去除毛口，并用粗布蘸水修整口沿的内外表面和拍打削口。至此，泥坯的制作基本完成。

ในกระบวนการขึ้นรูปปั้นดิน ขั้นตอนแรกช่างฝีมือจะปิดวงแหวนบุผนังด้านในที่บริเวณพื้นรอยต่อด้านล่าง เพื่อเสริมผิวชั้นนอกที่มีความไม่สม่ำเสมอกันหรือรอยแตกให้เรียบเสมอกัน หลังจากฉาบแล้วช่างจะใช้นิ้วโป้งปรับขอบใกล้บริเวณของปากเครื่องปั้นดินเผาให้เอียงโดยด้านนอกสูงและด้านในต่ำ จากนั้น ช่างจะยังคงบุผนังอีกวงหนึ่งบนพื้นผิวของเครื่องปั้นดินเผา และทำขั้นตอนนี้ซ้ำไปซ้ำมาเพื่อขุดดินขึ้นไปเรื่อยๆ เมื่อรูปทรงของรูปปั้นดินมีความสูงเพียงพอตามที่ต้องการแล้ว ก็จะทำขอบปาก ขั้นตอนการทำส่วนขอบปากนั้น คล้ายๆ กับขั้นตอนของการล้อมผนัง แต่ต้องเอียงออกไปด้านนอก และต้องนำเส้นดินบุด้านใน หลังจากนั้นจะใช้มีดไม้ไผ่มาปรับจุดหยาบบนพื้นผิวเรียบ ละเอียดและใช้ผ้าชุบน้ำมาปรับพื้นผิวบริเวณปากทางด้านในและด้านนอก พร้อมกับตบรอยกรีดให้เรียบ เมื่อถึงขั้นตอนนี้ก็หมายถึงการทำเครื่องปั้นดินเผาใกล้จะเสร็จสมบูรณ์แล้ว

其次，将泥条盘制好的泥坯放置在太阳底下晒至半干。半干后，就可以进行修整。由于泥条盘筑的陶器可能不太规整，因此需要使用慢轮进行修整。在使用慢轮的过程中，需要保持手脚转动速度均匀和步调一致。修整完毕后，用刻有花纹的木拍拍打陶器，将花纹刻印在陶器上。这个过程需要进行大约四次才能成型。然后，将陶坯放在阴凉通风的地方晾干。

ต่อไปช่างจะนำรูปปั้นดินที่ทำจากเส้นดิน ไปพึ่งแดดให้แห้งหรือกึ่งแห้ง หลังจากกึ่งแห้งแล้ว ช่างก็สามารถตัดแต่งรูปได้ เนื่องจากเครื่องปั้นดินที่ทำจากเส้นดินอาจไม่ได้รูป ดังนั้น ช่างจึงจำเป็นต้องนำเครื่องปั้นดินไปวางบนวงล้อม่านหลุน เพื่อตัดแต่งรูปทรง ระหว่างการใช้ม่านหลุน ช่างยังคงใช้มือและเท้าหมุนด้วยความเร็วและจังหวะที่สม่ำเสมอ เพราะปรับแต่งเรียบร้อยแล้วก็จะใช้ไม้ตีที่มีลวดลายสลักมาตกที่รูปปั้น เพื่อทำให้พื้นผิวของเครื่องปั้นมีลวดลายซึ่งกระบวนการนี้ จะต้องทำประมาณ ๔ รอบ จึงจะขึ้นรูปตามที่ต้องการได้ จากนั้น จะนำเครื่องปั้นที่ทำเสร็จแล้วไปวางไว้ที่มีอากาศถ่ายเทได้สะดวกเพื่อให้แห้ง

最后，当陶器准备烧制时，根据烧制陶器的数量在平地上搭建一个烧窑场地。根据火势大小、持续时间及陶器的安放位置来铺设木材。将陶器依次放置在木头上后，铺上稻草，并在最后一层稻草外边覆上一层薄泥，形成一层薄薄的壳，这就是所谓的“薄壳烧窑”。在点火后，须在薄壳上戳出几个小孔，以便调整烧制过程中的出气口。要经过 2~3 天的烧制，陶器的烧制过程才算结束。

ขั้นตอนสุดท้าย เมื่อเตรียมที่จะเผาเครื่องปั้นดิน ช่างจะทำพื้นที่เตาเผาบนที่ราบ ซึ่งมีขนาดตามจำนวนเครื่องปั้นดินเผา ช่างจะวางฟืนตามขนาดของไฟ ระยะเวลาการเผา และสถานที่ที่จะวางเครื่องปั้นดิน หลังจากวางเครื่องปั้นดินเผาบนท่อนไม้ตามลำดับแล้ว ช่างจะนำฟางมาคลุมบนเครื่องปั้น สุดท้ายนำดินมาทับไว้บางๆ วิธีนี้เรียกว่า เตาเผากระดองเบา หลังจากจุดไฟแล้ว จะเจาะรูหลายหลายรูบนกระดองดังกล่าว เป็นการปรับช่องระบายอากาศระหว่างการเผา จะทำการเผาต่อเนื่องกัน ๒ ถึง ๓ วันถึงจะถือว่ากระบวนการผลิตได้สิ้นสุดลง

傣族慢轮制陶工艺传承与发展

การสืบทอดและพัฒนาฝีมือการทำเครื่องปั้นดินเผาม่านหลุน

傣族慢轮制陶工艺——一种深深植根于傣族文化中的神奇工艺，承载着千年的历史与智慧。随着社会的快速发展，这门古老工艺的传承与发展面临着前所未有的挑战。首先，现代生活方式的改变使得传统陶器在日常生活中的需求逐渐减少；其次，慢轮制陶工艺产量低，不如快轮制陶产量高；最后，年青一代对传统文化的兴趣不高，导致工艺传承面临困境。

ฝีมือการทำเครื่องปั้นดินเผาม่านหลุนของชนชาติไต เป็นฝีมือพิเศษที่มีแหล่งกำเนิดจากวัฒนธรรมดั้งเดิมชนชนชาติไต สะท้อนให้เห็นถึงประวัติศาสตร์และภูมิปัญญามาหลายพันปี เนื่องจากสังคมที่มีการพัฒนาอย่างรวดเร็ว ทำให้การสืบทอดและพัฒนาฝีมือการอันเก่าแก่นี้ ได้เผชิญหน้ากับความท้าทายที่ไม่เคยมีมาก่อน ก่อนอื่น วิถีชีวิตในยุคสมัยนี้เปลี่ยนแปลงไป ทำให้ความต้องการ

เครื่องปั้นดินเผาแบบดั้งเดิมค่อยๆ ลดลงไปเรื่อย อีกอย่างคือ ปริมาณการผลิตเครื่องปั้นดินเผาม่านหลุนต่ำกว่าวงล้อเร็ว สุดท้าย คนรุ่นใหม่ไม่สนใจวัฒนธรรมดั้งเดิมมากนัก จึงทำให้การเผยแพร่ฝีมือการทำเครื่องปั้นดินเผานี้ยากลำบาก

正是在这种背景下，傣族慢轮制陶工艺展现出其顽强的生命力与无限的潜力。为了适应现代社会的需求，一些陶艺师开始尝试将慢轮制陶工艺与现代艺术和设计理念相结合。他们不仅保留了传统的工艺流程和技巧，更在器型、图案和装饰手法上进行了创新。这些新的作品既有浓厚的民族特色，又符合现代审美需求，吸引了大量的游客和收藏家购买。

จากสถานการณ์ดังกล่าว ฝีมือการทำเครื่องปั้นดินเผาม่านหลุน จึงแสดงให้เห็นถึงความมีชีวิตชีวาและมีศักยภาพที่ไร้ขีดจำกัด เพื่อตัดให้เข้ากับความต้องการของสังคมยุคปัจจุบัน ช่างบางคนเริ่มร้องนำฝีมือการทำเครื่องปั้นดินเผาม่านหลุน มาผสมผสานกับศิลปะสมัยใหม่และแนวคิดการออกแบบ ซึ่งพวกเขาไม่เพียงแต่รักษากระบวนการและเทคนิคดังกล่าวไว้เท่านั้น แต่ยังได้คิดค้นเทคนิค รูปทรง ลวดลายและการตกแต่งอีกด้วย ผลงานใหม่ๆ เหล่านี้ ไม่เพียงแต่มีลักษณะเฉพาะของชนเผ่าเท่านัน แต่ยังตอบสนองความต้องการของคนในยุคสมัยใหม่ อีกทั้งยังสามารถดึงดูดนักท่องเที่ยวและนักสะสมจำนวนมากได้อีกด้วย

为了保护和传承傣族慢轮制陶这一独特的工艺，各级政府和社会各界人士也在积极努力。他们通过加大宣传力度、举办培训班、设立传习所等措施，为工艺传承提供了有力的人才保障。此外，一些文化机构和企业也开始与陶艺师合作，共同推动慢轮制陶工艺的发展。

เพื่อปกป้องและสืบทอดงานฝีมืออันเป็นเอกลักษณ์ของการทำเครื่องปั้นดินเผาม่านหลุนของชนชาติไต รัฐบาลทุกระดับและทุกสาขาอาชีพ ต่างพยายามอย่างยิ่งแข็งขัน โดยพวกเขาได้เพิ่มความพยายามในการประชาสัมพันธ์และรักษาผู้ที่มี

ความสามารถในการสืบทอดฝีมือการทำเครื่องปั้นดินเผาม่านหลุน โดยการจัดหลักสูตรการอบรม การจัดตั้งศูนย์ฝึกอบรมและมาตรการอื่นๆ นอกจากนี้แล้ว สถาบันวัฒนธรรมและองค์กรบางแห่ง ยังได้เริ่มร่วมมือกับช่างทำเครื่องปั้นดินเผา เพื่อผลักดันการพัฒนาฝีมือการทำเครื่องปั้นดินเผา

傣族慢轮制陶工艺是一种充满智慧与魅力的古老工艺。它的传承与发展不仅关乎工艺本身，更关乎文化的传承与创新。在这个过程中，我们既要尊重和保护传统工艺，又要勇于创新和发展。只有这样，才能让这门古老的艺术在新的时代背景下焕发出更加绚丽的光彩。

ฝีมือการทำเครื่องปั้นดินเผาม่านหลุนของชนชาติไต เป็นงานฝีมือโบราณที่เต็มไปด้วยเสน่ห์และภูมิปัญญา การสืบทอดและพัฒนาวิธีดังกล่าว ไม่เพียงแต่เป็นเรื่องที่เกี่ยวข้องกับงานฝีมือเท่านั้น หากยังรวมไปถึงการสืบทอดและนวัตกรรมของวัฒนธรรมด้วย ในกระบวนการนี้ เราไม่เพียงต้องให้ความเคารพและอนุรักษ์ฝีมือการแบบดั้งเดิมให้คงไว้เท่านั้น แต่ยังต้องกล้าที่จะสร้างสรรค์และพัฒนาด้วย การกระทำดังกล่าวจะทำให้ฝีมืออันเก่าแก่นี้ สามารถเปล่งประกายเจิดจ้าอยู่ในยุคใหม่ได้

传统傣陶作品 1（刀丽　摄）
เครื่องปั้นดินเผาชนชาติไตแบบดั้งเดิม 1

传统傣陶作品 2（刀丽　摄）
เครื่องปั้นดินเผาชนชาติไตแบบดั้งเดิม 2

现代傣陶作品 1（刀丽　摄）
เครื่องปั้นดินเผาชนชาติไตสมัยใหม่ 1

现代傣陶作品 2（刀丽　摄）
เครื่องปั้นดินเผาชนชาติไตสมัยใหม่ 2

第三节 傣族传统手工造纸

ตอนที่ ๓ การทำกระดาษทำมือของชนชาติไต

根据《贝叶经》记载，在西双版纳州勐海县曼召村，有一项传承800余年的技艺——傣族传统手工造纸。在整个工艺制作过程中，既没有现代技术中的机械化，也没有催化剂或添加剂的成分，这在当时可谓“一朵奇葩”，人们称这种传统手工造纸为中国古代的活化石。

ตามพระคัมภีร์เปี้ยเย่บันทึกไว้ว่า ศิลปะการทำกระดาษทำมือแบบดั้งเดิมของชนชาติไตในหมู่บ้านบ้านจาว อำเภอเมืองไห่ จังหวัดสิบสองปันนามีประวัติศาสตร์ยาวนานกว่า ๘๐๐ ปี ซึ่งกระบวนการทำกระดาษทั้งหมด ไม่มีร่องลอยของเครื่องจักร ไม่มีการใช้เทคโนโลยีสมัยใหม่หรือส่วนผสมของสารเร่งปฏิกิริยา และสารเติมแต่งทางวิทยาศาสตร์ ซึ่งสมัยนั้นเรียกได้ว่าเป็นเรื่องแปลกประหลาดมาก ปัจจุบันกระดาษทำมือแบบดั้งเดิมนี้ถูกเรียกว่าเป็นซากดึกดำบรรพ์ที่มีชีวิตของจีนโบราณ

傣族传统手工造纸在傣语中被称为“嘎拉纱”，起源于曼召村。2006年，傣族传统手工造纸被列入第一批《国家级非物质文化遗产名录》、第一批《云南省省级非物质文化遗产名录》。

ภาษาชนชาติไตเรียกกระดาษทำมือแบบดั้งเดิมว่า “กาลาซา” มีแหล่งกำเนิดอยู่ที่บ้านจาว ในปี ค.ศ. ๒๐๐๖ การทำกระดาษทำมือของชนชาติไตได้รับการขึ้นทะเบียนเป็นมรดกทางวัฒนธรรมที่จับต้องไม่ได้ระดับชาติชุดแรก และได้ขึ้นทะเบียนเป็นมรดกทางวัฒนธรรมที่จับต้องไม่ได้ของมณฑลยูนนานชุดแรก

傣族传统手工造纸这项古老的工艺一般都在家庭作坊中进行，精通这项工艺的大部分是老人。这项古老的工艺包括“浸泡、蒸发、捣浆、浇纸、晒纸”五步流程。整个工艺流程包括以下工序：

กระบวนการของฝีมือทำกระดาโบราณนี้ มักจะทำกันในครอบครัว ผู้เชี่ยวชาญส่วนใหญ่จะเป็นผู้สูงอายุ กระบวนการทำกระดาษโบราณนี้ได้รักษา ๕ วิธีการทำไว้ ได้แก่ “แช่ นึ่ง ทุบ เท ตาก” ขั้นตอนการทำกระดาษประกอบไปด้วย

（1）剥下树皮，刮去绿色外皮，只留下白色纤维内皮，晒干备用。

๑.ปอกเปลือกไม้ให้ออก แล้วขูดผิวสีเขียวของเปลือกให้ออก เหลือเพียงเส้นใยสีขาว หลังจากนั้นทิ้งไว้ให้แห้งพร้อมใช้งาน

（2）用水将晒干的树皮浸泡一个晚上，次日捞出放入大铁锅中蒸煮三四个小时。蒸煮过程中还要加入已过筛的草木灰，以缩短蒸煮时间。

๒.นำเปลือกไม้ที่ตากแห้งไปแช่ในน้ำหนึ่งคืน วันรุ่งขึ้นตักขึ้นมาใส่ในกระทะเหล็กขนาดใหญ่และต้มเป็นเวลา ๓ ถึง ๔ ชั่วโมง เวลาต้มยังต้องใส่เถ้าไฟละเอียดที่ตะแกรงออกมา ประโยชน์ของเถ้าไฟคือ ประหยัดเวลาการต้มของเปลือกไม้ได้

（3）将蒸煮好的树皮用水漂洗干净，然后放到砧板上锤打成纤维状，越细越好。这道工序也可以用碓舂。

๓.หลังจากต้มเสร็จแล้ว นำไปล้างน้ำให้สะอาด แล้ววางไว้บนเขียง เพื่อทุบเปลือกไม้ให้กลายเป็นกำมะหยี่ ยิ่งทุบได้ละเอียดเท่าไรยิ่งดี ขั้นตอนนี้ใช้วิธีตำก็ได้

（4）将打成纤维状的皮料倒入水中搅拌，除去杂质，再倒入装有白纱布的纸模中，放入水中轻搅使之均匀分布，然后抬出，此时树皮浆吸附在纸模上。

๔.เทเปลือกไม้ที่ทุบละเอียดลงในน้ำและคนให้เข้ากัน นำสิ่งสกปรกออก จากนั้นเทลงในแม่พิมพ์กระดาษที่ติดด้วยผ้ากอซสีขาวและใส่ลงในน้ำเพื่อกวนเบาๆ ให้กระจายอย่างเท่าเทียมกัน แล้วยกออกมา ในเวลานี้เยื่อกระดาษเปลือกไม้ถูกดูดซับ

บนแม่พิมพ์กระดาษ

（5）把纸模摆在烈日下晒，为了使其分布更均匀，晒到一半时要使用类似于锅盖的工具将其碾平。如果在晒干之前，不小心把桑纸弄破了，可以用成品来填补漏洞，把它们溶在一起。一整张晒干之后树皮浆就成树皮纸了，从纸模上揭下来，一张完好的“嘎拉纱”就做成了。

๕.นำแม่พิมพ์กระดาษไปตากแดด เพื่อให้กระจายสม่ำเสมอกันมากขึ้นและตากแดดไปสักพัก ให้ใช้เครื่องมือที่คล้ายกับฝาหม้อบดให้เรียบ หากก่อนตากแห้งเผลอทำกระดาษแตก ก็สามารถอุดช่องโหว่ด้วยกระดาษที่สำเร็จรูป หลังจากตากแห้งแล้ว

整个造纸工艺流程简单，生产出来的纸不含化学物质，具有坚韧洁白、柔软光滑、久存不陈、力撕不破以及防腐防蛀等优良特点。

ซึ่งกระบวนการทำกระดาษทั้งหมดถือเป็นวิธีทำที่ง่าย และกระดาษที่ทำออกมาก็จะปราศจากสารเคมี จะมีสีขาว นุ่มและเรียบเนียน สามารถเก็บรักษาได้เป็นระยะเวลายาวนาน ฉีกขาดยาก และสามารถป้องกันการกัดกร่อนจากแมลงได้

造纸树皮（刀丽　摄）
เปลือกไม้ที่ทำกระดาษ

家庭造纸工坊（刀丽　摄）
โรงทำกระดาษในครอบครัว

纸模（刀丽　摄）
แม่พิมพ์กระดาษ

傣族传统手工造纸（刀丽　摄）
กระดาษทำมือแบบดั้งเดิมชนชาติไต

目前，曼召村成立了曼召传统手工造纸专业合作社，合作社的工作人员基本上是有文化的傣族年轻人。家庭作坊生产的傣纸由合作社进行统一加工、设计及收购。生产出来的纸一般会加工成茶叶包装盒、书法用纸、绘画用纸、纸雕用纸、灯笼、油纸伞、相框和绘本等各类产品。

ปัจจุบัน หมู่บ้านบ้านจาว ได้จัดตั้งสหกรณ์การทำกระดาษทำมือแบบดั้งเดิม เจ้าหน้าที่สหกรณ์ส่วนใหญ่เป็นเยาวชนชนชาติไตที่ได้รับการศึกษา กระดาษที่ทำจากครอบครัวในหมู่บ้านจะแปรรูป ออกแบบ และรับซื้อจากสหกรณ์หมู่บ้าน กระดาษทำมือจะนำมาแปรรูปเป็นกล่องบรรจุภัณฑ์ชา กระดาษเขียน กระดาษวาดภาพ กระดาษแกะสลัก โคมไฟ ร่มกระดาษมัน กรอบรูป และหนังสือเป็นต้น

合作社傣纸加工（刀丽　摄）
การแปรรูปกระดาษแบบดั้งเดิมชนชาติไตของสหกรณ์

如今，在西双版纳曼召村从事家庭作坊手工造纸的人家有 50 户左右。每户人家年均可造纸约 80000 张，仅造纸一项户均创收就约 32000 元，大大改善了曼召村村民的生活质量。由于造纸流程繁杂且历时较长，年轻人没有足够的耐心，不愿意学习手工造纸技艺。因此，从事家庭作坊造纸行业的人大多数已经上了年纪，普遍在 40~65 岁，而年轻人则主要在合作社工作或从事个体经营。

ปัจจุบัน ครอบครัวในหมู่บ้านที่ยังทำกระดาษมีประมาณ ๕๐ ครัวเรือน ๑ ครัวเรือนสามารถทำกระดาษได้ปีละ ๘๐,๐๐๐ แผ่น สร้างรายได้ประมาณ ๓๒,๐๐๐ หยวนต่อครอบครัว การทำกระดาษทำให้ชีวิตความเป็นอยู่ของชาวบ้านดีขึ้น คนที่ทำกระดาษในหมู่บ้านส่วนใหญ่เป็นคนวัยกลางหรือผู้สูงอายุที่มีอายุประมาณ ๔๐ ถึง ๖๕ ปี ส่วนคนหนุ่มสาวบางคนทำงานให้กับสหกรณ์ บางคนเป็นเจ้าของกิจการเอง เนื่องจากกระบวนการผลิตกระดาษเป็นกระบวนการที่ต้องใช้เวลาและยุ่งยาก คนวัยหนุ่มสาวไม่มีความอดทนมากพอ จึงไม่อยากที่จะฝึกหรือเรียนรู้เทคนิคการทำกระดาษทำมือนี้

在曼召村，手工造纸不仅是一种谋生手段，更是一种世代相传的工匠精神和生活方式的体现。为了传承这一独特的技艺，曼召村领导带领村里的造纸师傅走进学校，向孩子传授手工造纸的知识和技艺，希望能培养年青一代对手工造纸工艺的兴趣和热爱。此外，合作社还成立了传统傣纸工艺传习所，利用节假日，将传统手工造纸工艺传授给本村孩子或对此感兴趣的人。

ในหมู่บ้านบ้านจาว การทำกระดาษด้วยมือไม่เพียงแต่เป็นการทำมาหากินเท่านั้น แต่ถือเป็นจิตวิญญาณของช่างฝีมือและวิถีชีวิตที่สืบทอดกันมารุ่นต่อรุ่น และเพื่อสืบทอดฝีมืออันเป็นเอกลักษณ์นี้ ผู้นำหมู่บ้านบ้านจาวได้นำพาช่างทำกระดาษของหมู่บ้านไปถ่ายทอดความรู้และทักษะการทำกระดาษด้วยมือให้กับเด็กๆ ที่โรงเรียน เพื่อหวังว่าจะช่วยปลูกฝังให้คนรุ่นใหม่สนใจและรักการทำกระดาษ นอกจากนี้ สหกรณ์ยังได้จัดตั้งศูนย์สืบทอดการทำกระดาษแบบดั้งเดิมชนชาติไต ซึ่งในวันหยุดจะสอนงานฝีมือให้กับเด็กๆ ในหมู่บ้านหรือผู้ที่สนใจงานฝีมือกระดาษทำมือแบบดั้งเดิม

同时，曼召村还加大了对传统造纸工艺的宣传和推广力度，通过举办展览、文化节庆等活动，让更多的人了解和认识这一传统工艺。随着时间的推移，曼召村的手工造纸业逐渐焕发出新的生机和活力。越来越多的年轻人开始关注和参与到这一行业中，他们带来了新的思想和创意，为传统技艺注入了新的活力。曼召村的手工造纸业也在不断创新和发展中，逐渐成为当地的文化名片和经济亮点。

ขณะเดียวกัน หมู่บ้านบ้านจาวยังได้พยายามประชาสัมพันธ์และส่งเสริมทักษะการทำกระดาษทำมือแบบดั้งเดิม โดยการจัดกิจกรรมต่างๆ เช่น การจัดนิทรรศการและกิจกรรมวัฒนธรรมขึ้น เพื่อให้ผู้คนได้เข้าใจและรู้จักถึงฝีมือทำกระดาษแบบดั้งเดิมนี้ เมื่อเวลาผ่านไป กิจกรรมทำกระดาษมือของบ้านจาวเริ่มมีชีวิตชีวามากขึ้น คนหนุ่มสาวเริ่มให้ความสนใจและเข้ามามีส่วนร่วมในกิจกรรมนี้มากขึ้น พวกเขาได้นำความคิดและเทคนิคใหม่ๆ มาใช้ ทำให้กิจกรรมการทำกระดาษทำมือของหมู่บ้านบ้านจาวมีความสร้างสรรค์และพัฒนาอย่างต่อเนื่อง จนกลายเป็นนามบัตรทางวัฒนธรรมและจุดเด่นทางเศรษฐกิจของท้องถิ่น

傣族传统手工造纸传习所（刀丽 摄）

ศูนย์สืบทอดการทำกระดาษทำมือแบบดั้งเดิมชนชาติไต

传统手工造纸产品（刀丽 摄）

ผลิตภัณฑ์ที่ทำจากกระดาษทำมือแบบดั้งเดิม

第四节　傣族织锦

ตอนที่ ๔　ผ้าทอของชนชาติไต

2008 年，“傣族织锦技艺”被列入第二批《国家级非物质文化遗产名录》。傣锦主要分布在云南的西双版纳、德宏、耿马、孟连等地。不同地区的傣族，织锦的方式也略有不同。

ในปี ค.ศ. ๒๐๐๘ วิธีการทอผ้าชนชาติไตได้รับการขึ้นทะเบียนเป็นมรดกทางวัฒนธรรมที่จับต้องไม่ได้แห่งชาติชุดที่ ๒ ผ้าทอชนชาติไตส่วนใหญ่จะมีอยู่ในสิบสองปันนาเต๋อหง เกิ่งหม่า เมิ่งเหลียนเป็นต้น ซึ่งชนชาติไตในแต่ละพื้นที่จะมีวิธีการทอที่แตกต่างกัน

西双版纳傣族织锦是傣族传统的手工艺品之一，其古老而精湛的工艺承载着傣族人民千年的历史与文化。据历史资料记载，傣锦的历史可追溯至汉代。傣族织锦以其精美的图案设计、鲜艳夺目的色彩搭配及坚韧耐用的特性而备受人们喜爱。它不仅象征着傣族文化的独特魅力，更体现出传统工艺与现代生活的完美融合。

ผ้าทอเป็นในงานหัตถกรรมดั้งเดิมหนึ่งของชนชาติไตสิบสองปันนา ซึ่งวิธีโบราณและประณีตนี้ ได้แสดงถึงประวัติศาสตร์และวัฒนธรรมของชนชาติไตอันเป็นเวลานับพันปี จากบันทึกข้อมูลทางประวัติศาสตร์พบว่า ผ้าทอชนชาติไตมีตั้งแต่สมัยราชวงศ์ฮั่น การที่ผ้าทอชนชาติไตได้รับความนิยมเพราะว่ามีลวดลายที่สวยงาม สีสันที่สดใสและมีความทนทาน นอกจากนี้ ผ้าทอชนชาติไตไม่เพียงแต่เป็นสัญลักษณ์แห่งมนตร์เสน่ห์ของวัฒนธรรมชนชาติไต ซึ่งยังได้แสดงให้เห็นถึง

การกลมกลืนระหว่างงานหัตถกรรมดั้งเดิมกับวิถีชีวิตสมัยใหม่

傣锦的制作通常以家庭为单位，家家户户在高脚楼底下设置织机进行制作。傣族妇女在农业生产之余，利用农闲、雨季及晚上的时间进行纺织。在传统的傣族家庭中，女孩子到了 12 岁就必须开始学习织锦技艺。那些擅长纺织的女孩往往成为傣族男性青年追求的对象。这一技艺的传承方式主要是母亲传给女儿，或者婆婆传给媳妇。

การทอผ้าชนชาติไตมักจะทำโดยครอบครัว ทุกครอบครัวได้ตั้งเครื่องทอผ้าไว้ใต้ถุนบ้าน เพื่อที่จะนำมาใช้ในการทอผ้า ผู้หญิงชนชาตไตจะใช้เวลาว่างจากการทำนา ช่วงฤดูฝน หรือเวลากลางคืนมาทอผ้า สมัยก่อนเมื่อเด็กผู้หญิงชนชาติไตเมื่ออายุ ครบ ๑๒ ปี จะต้องเรียนรู้วิธีการทอผ้า หากเด็กผู้หญิงผู้ใดมีความถนัดในการทอผ้า ก็จะเป็นผู้หญิงที่ชายหนุ่มชื่นชอบ งานฝีมือนี้ส่วนใหญ่จะเป็นการถ่ายทอดกันภายในครอบครัว ซึ่งเป็นการถ่ายทอดจากแม่สู่ลูกสาว จากแม่สามีสู่ลูกสะใภ้

傣锦的用途很广泛，如床上用品、服饰、艺术摆设和筒帕[①]等。然而，由于受现代纺织业的影响及其重量和透气性问题，年轻人很少再用傣锦来制作衣服。但在傣族的传统节日、婚丧嫁娶等场合，织锦仍是不可或缺的重要元素。此外，随着西双版纳旅游业的蓬勃发展，具有民族特色的旅游产品受到了游客的青睐。傣锦被制作成沙发垫、披肩、装饰品等，成为展示傣族文化的重要载体。

ผ้าทอชนชาติไตมีการใช้งานอย่างแพร่หลาย เช่น ทำเป็นเครื่องที่ใช้บนเตียง เครื่องแต่งกาย เครื่องตกแต่งบ้านและกระเป๋าเป็นต้น เนื่องจากได้รับผลกระทบจากอุตสาหกรรมสิ่งทอสมัยใหม่ ทำให้วัยรุ่นสมัยนี้ไม่ค่อยนิยมนำผ้าทอชนชาติไตมาตัดเย็บเสื้อผ้า เพราะผ้าทอมักจะมีปัญหาน้ำหนักและไม่ค่อยระบายอากาศ แต่ไม่ว่าอย่างไร ผ้าทอชนชาติไตก็ยังคงเป็นที่นิยมสำหรับในโอกาสที่สำคัญต่าง ๆ

---

① 筒帕是傣语，一般是指由傣族人手工编织的傣锦制成的包。

เช่น งานแต่งงาน งานศพ หรือเทศกาลต่างๆ นอกจากนี้ ด้วยการท่องเที่ยวจังหวัดสิบสองปันนาที่พัฒนาขึ้นเรื่อยๆ ส่งผลให้สินค้าการท่องเที่ยวที่มีเอกลักษณ์ของชนชาติต่างๆ ได้รับความนิยมจากนักท่องเที่ยวมากขึ้น จึงทำให้ผ้าทอชนชาติไตได้ถูกนำไปทำเป็นสินค้าต่างๆ เช่น เบาะโซฟา ผ้าคลุมไหล่และเครื่องประดับเป็นต้น สินค้าเหล่านี้ล้วนได้สะท้อนให้เห็นถึงวัฒนธรรมของชนชาติไต

“百夷以木棉（攀枝花）织为布，纺为五彩锦。”[①]傣锦的材料主要包括丝和棉。根据所使用材料的不同，傣锦可分为丝锦、棉锦、丝棉混合锦、麻锦等。其中，棉锦是最为常见的。[②]傣族织锦的制作过程极为复杂，需要经过采棉、纺纱、染色、织布等多道工序。

ป๋ายหยีใช้ดอกต้นงิ้วมาทำเป็นด้าย แล้วนำด้ายไปทอเป็นผ้าที่มีหลากหลายสี วัตถุดิบที่ใช้ในการทอผ้าชนชาติไตส่วนใหญ่จะเป็นผ้าไหมและผ้าฝ้ายเป็นหลัก ประเภทของผ้าทอชนชาติไตถ้าแบ่งตามวัตถุดิบที่ใช้ สามารถแบ่งออกเป็นผ้าทอที่ทำด้วยไหม ผ้าทอที่ทำด้วยฝ้าย ผ้าทอที่ทำด้วยทั้งผ้าไหมกับผ้าฝ้าย และผ้าทอที่ทำด้วยผ้าลินิน ซึ่งผ้าทอที่ทำด้วยฝ้ายจะได้รับความนิยมมากที่สุด กระบวนการทอผ้าของชนชาติไตมีความซับซ้อนมาก ซึ่งต้องผ่านกระบวนการหลายๆ ขั้นตอน เช่น การเก็บดอกงิ้ว การปั่นด้าย การย้อมสีด้ายเป็นต้น

西双版纳的傣锦以其独特的图案设计而闻名，这些图案不仅美观，还寓意着傣族人民对美好生活的向往和追求。常见的有动物、花卉和几何图案等。每一种图案的色彩和纹样都蕴含着特定的文化含义，如红绿颜色象征着对祖先的纪念，孔雀图案象征着吉祥，大象图案则象征着五谷丰登。

ผ้าทอชนชาติไตของสิบสองปันนา ขึ้นชื่อเรื่องการออกแบบลวดลายที่มีเอกลักษณ์ ซึ่งลวดลายบนผ้าไม่เพียงแต่มีความสวยงาม ยังได้สื่อถึงความใฝ่ฝัน

---

① （明）钱古训，撰，江应梁，校注：《百夷传校注》，云南人民出版社1980年版，第100页。
② 岩温香编著：《民间工艺文化》，云南教育出版社 2006 年版，第 58 页。

และการแสวงหาชีวิตที่ดีของชนชาติไต ซึ่งลวดลายที่เห็นบ่อยจะเป็นลายสัตว์ ลายดอกไม้และลายเรขาคณิตเป็นต้น การใช้สีและลวดลายจะมีความหมายทางวัฒนธรรมที่เฉพาะตัว เช่น สีแดงและสีเขียวเป็นการระลึกถึงบรรพบุรุษ ลายนกยูงที่หมายถึงความเป็นมงคลและลายช้างที่หมายถึงธัญพืชที่อุดมสมบูรณ์

随着时代的变迁，傣族织锦也在不断变化。当代的傣锦在保护传统工艺的同时，又勇于创新和发展，使傣锦的图案更加多样、色彩更加艳丽。傣锦产品也呈现多样化，如傣锦屏风、纪念品等。傣族织锦这门古老的技艺在新的时代背景下焕发出更加绚丽的光彩。

ด้วยยุคสมัยที่เปลี่ยนแปลงไป ผ้าทอชนชาติไตก็ได้ปรับเปลี่ยนไปด้วย ปัจจุบันนี้ ผ้าทอชนชาติไตไม่เพียงแต่ได้อนุรักษ์วิธีการแบบดั้งเดิมให้คงไว้เท่านั้น แต่ยังกล้าที่จะสร้างสรรค์และพัฒนาด้วย จึงทำให้ผ้าทอชนชาติไตมีลวดลายที่หลากหลาย และมีสีสันที่ฉูดฉาดมากขึ้น นอกจากนี้ ผลิตภัณฑ์ที่ทำจากผ้าทอชนชาติไตก็มีความหลากหลายมากขึ้น เช่น สกรีน ของที่ระลึกเป็นต้น ทำให้วิธีทอผ้าชนชาติไตอันเก่าแก่นี้ สามารถเปล่งประกายเจิดจ้าอยู่ในยุคใหม่ได้

傣族织锦 1（刀丽 摄）
ผ้าทอชนชาติไต 1

傣族织锦 2（刀丽　摄）
ผ้าทอชนชาติไต 2

第五节　傣医药

ตอนที่ ๕　การแพทย์แผนชนชาติไต

傣医药是中国四大民族医药（藏、蒙、维、傣）之一，根据《贝叶经》记载，傣族已有两千五百多年医药史，2011 年傣医药“睡药”疗法已被列入《国家级非物质文化遗产名录》。

การแพทย์แผนชนชาติไตเป็นหนึ่งใน ๔ การแพทย์แผนชนกลุ่มน้อยของประเทศจีน (ซึ่งประกอบด้วยการแพทย์แผนชนชาติธิเบต มองโก อุยกูร์ และไต) ตามที่บันทึกไว้ในพระคัมภีร์เปี้ยเย่ ชนชาติไตมีประวัติการแพทย์แผนมากกว่า ๒,๕๐๐ ปี และในปี ค.ศ. ๒๐๑๑ วิธีการรักษาด้วย “นอนยา” ได้รับการขึ้นทะเบียนเป็นมรดกทางวัฒนธรรมที่จับต้องไม่ได้แห่งชาติ

"当补腊萨哈"（橄榄时期），相当于公元前536年，傣族便有了医药。傣医药文化的发展主要经历了原始时期、神药两解时期、兴旺时期、发展升华时期四个时期。①

ชนชาติไตมีการแพทย์เป็นของตัวเองตั้งแต่ยุค "ดังเสริมศักดิ์สหะ" (ยุคมะกอก) หรือเทียบเท่ากับ ๕๓๖ ปีก่อนคริสตกาล (ประมาณ ๒,๕๒๐ ปีก่อน) การพัฒนาของการแพทย์แผนชนชาติไตแบ่งออกเป็น ๔ ระยะคือ ระยะดั้งเดิม (ระยะมะกอก) ระยะเชื่อเจ้าคู่กับการใช้ยารักษา ระยะรุ่งเรืองและระยะพัฒนา

原始时期（橄榄时期），是医药常识的积累阶段，先民通过与自然和疾病作斗争，利用植物预防疾病。神药两解时期，是口传心授的阶段，医学思想建立在原始宗教基础上。兴旺时期引入巴利文字，其医学理论知识被整理并记载于佛经，医学文献逐渐丰富。发展升华时期则是中华人民共和国成立后的阶段，政府重视民族医学的发展，号召传承发掘医学遗产。这一时期的努力使傣族医学在现代医学领域中得到更多的认可和发展，为保护和传承民族医学的宝贵遗产做出了重要贡献。②

ระยะดั้งเดิม (ระยะมะกอก) เป็นระยะการสะสมความรู้ทางการแพทย์ทั่วๆ ไป บรรพบุรุษได้ต่อสู้กับธรรมชาติและโรคภัยไข้เจ็บด้วยการใช้พืชในการป้องกันโรค ระยะเชื่อเจ้าคู่กับการใช้ยารักษา เป็นระยะการสอนกันแบบปากต่อปากและความคิดทางการแพทย์เกิดบนพื้นฐานของศาสนาแบบดั้งเดิม ระยะรุ่งเรืองเริ่มมีการใช้ภาษาบาลี จนทำให้ความรู้ทางทฤษฎีการแพทย์ได้ถูกจัดเรียงและบันทึกไว้ในพระไตรปิฎก ข้อมูลทางการแพทย์มีความสมบูรณ์ขึ้นเรื่อยๆ ส่วนระยะพัฒนาเกิดขึ้นหลังจากการสถาปนาสาธารณรัฐประชาชนจีน ซึ่งรัฐบาลจีนให้ความสำคัญแก่การพัฒนาการแพทย์ชาติพันธุ์ต่างๆ โดยส่งเสริมให้มีการสืบทอดวิธีทางการแพทย์ ในช่วงนี้เป็นช่วงที่การแพทย์แผนชนชาติไตเป็นที่ยอมรับและพัฒนาจนกลายมาเป็นการแพทย์แผนปัจจุบัน และมีส่วนสำคัญในการอนุรักษ์

① 林艳芳，等，编著：《傣医药文化》，云南教育出版社2006年版，第10页。
② 林艳芳，等，编著：《傣医药文化》，云南教育出版社2006年版，第10–22页。

และสืบทอดมรดกการแพทย์ชาติพันธุ์อันทรงคุณค่า

在佛教的传入过程中，傣医药吸收了随佛教传入的印度医学知识，并结合中医药学知识，形成了具有民族性和地域性特点的傣医学理论，创作了许多辨别疾病和治疗疾病的方法。因此，傣医药从简单的经验医学逐渐发展成为一门理论完善、文献丰富、独具特色的医学体系。傣医药以四塔五蕴为核心理论，“雅解”理论、风病论、“三盘”学说为特色理论。

ในระหว่างการเผยแพร่เข้ามาของพุทธศาสนา ทำให้การแพทย์แผนชนชาติไตได้รับความรู้การแพทย์แผนอินเดียเข้ามา นอกจากนี้ ยังได้นำการแพทย์ของตนมาผสมผสานกับความรู้ทางการแพทย์แผนจีน จึงก่อให้เกิดทฤษฎีการแพทย์แผนชนชาติไตที่มีลักษณะเฉพาะทางชาติพันธุ์และภูมิภาค โดยสร้างการวินิจฉัยโรคและวิธีการรักษาโรคมากมาย ดังนั้น การแพทย์แผนชนชาติไตจึงได้พัฒนาจากการแพทย์ที่อาศัยประสบการณ์มาเป็นการแพทย์ที่เป็นระบบที่มีทฤษฎีและมีความโดดเด่นเฉพาะตัว ซึ่งการแพทย์แผนชนชาติไตได้ใช้ธาติ ๔ กับขันธ์ ๕ เป็นทฤษฎีหลักและมีทฤษฎียาแก้ ทฤษฎีโรคลมกับทฤษฎีซานผันที่เป็นเอกลักษณ์

受南传上座部佛教哲学思想的影响，傣族先民巧妙借鉴了其“风、火、水、土”四塔学说，用以阐述人体的组织结构、生理功能及病理变化，并引入了“五蕴”概念，用五蕴的变化来概括人的精神与身体机能的关系。五蕴指的是色蕴、识蕴、受蕴、想蕴和行蕴。

จากอิทธิพลของปรัชญาพุทธศาสนาเถรวาท บรรพบุรุษชนชาติไตได้อ้างอิงแนวคิดธาติ ๔ คือ ธาติลม ธาติไฟ ธาติน้ำ ธาติดินมาอธิบายโครงสร้างอวัยวะการทำงานทางสรีรวิทยา และการเปลี่ยนแปลงทางพยาธิวิทยาของร่างกายมนุษย์ และได้นำแนวคิดขันธ์ ๕ โดยใช้การเปลี่ยนแปลงของขันธ์ ๕ มาสรุปความสัมพันธ์ระหว่างจิตใจและการทำงานของร่างกาย ขันธ์ ๕ คือ รูปขันธ์ เวทนาขันธ์ สัญญาขันธ์ สังขารขันธ์ วิญญาณขันธ์

傣医的“解”理论涵盖了两个主要方面：一是针对由精神因素引发的疾病进行解除；二是针对人体五个排毒通道受阻，导致体内微量毒素无法排出而引发的疾病进行解毒。“雅解”理论的核心理念是“未病先解”，即在疾病显现之前，通过采取服用解药的预防和治疗措施，调整人体生理功能，清除体内各种毒素，维持四塔五蕴的平衡与协调，从而预防疾病的发生。“先解后治”则包含了两层含义：首先，当人体出现病症时，应先服用雅解解药，以消除导致疾病的各种因素；其次，对于病程较长或久治不愈的患者，应先服用雅解解药，以解除因失治、误治或用药不当所产生的毒副作用，然后根据具体病情进行针对性的治疗，这样才能达到良好的治疗效果。

ทฤษฎี “การล้างพิษ” ของแพทย์แผนชนชาติไตประกอบด้วย ๒ ด้านหลักๆ ได้แก่ ด้านแรกคือ การรักษาโรคที่เกิดจากปัจจัยทางจิต ด้านที่สองคือการล้างพิษของโรคที่เกิดจากการขัดขวางทางเดินอาหาร ที่ส่งผลให้ไม่สามารถขับสารพิษออกจากร่างกายได้ แนวคิดหลักของทฤษฎี “การล้างพิษ” คือ การรักษาก่อนที่โรคจะปรากฏ นั่นคือ ก่อนที่โรคจะปรากฏ จะใช้มาตรการป้องกันและรักษาด้วยทานยาถอนพิษ เพื่อมาปรับการทำงานของสรีระวิทยาร่างกายและขจัดสารพิษต่างๆ ในร่างกาย การรักษาสมดุลและการประสานงานของธาตุ ๔ กับขันธ์ ๕ เพื่อป้องกันการเกิดโรค ส่วนบรรเทาก่อนแล้ว ค่อยรักษามีความหมาย ๒ ประการ คือ ประการแรก เมื่อเกิดโรคในร่างกาย ควรทานยาแก้ก่อนเพื่อกำจัดปัจจัยต่างๆ ที่ทำให้เกิดโรค ประการที่ ๒ สำหรับผู้ป่วยที่รักษานานแล้วหรือไม่สามารถรักษาให้หายขาดได้ ควรทานยาแก้แพ้ก่อน เพื่อบรรเทาพิษและลดผลข้างเคียงที่เกิดจากการขาดการรักษาหรือการใช้ยาที่ไม่เหมาะสม จากนั้นจึงรักษาตามเป้าหมายและเงื่อนไขเฉพาะ เพื่อให้ได้ผลการรักษาที่ดี

“三盘”学说认为人体分为上盘、中盘、下盘，并各有特定部位，上盘是指头面部至胸部区域，包括头面、心、肺、上肢等；中盘是指胸部至脐部区域，包括肝、胆、脾、胃、胰和部分肠腔；下盘是指脐部至下肢区域，包括肾、膀胱、大小肠、子宫、下肢等。[①]

ทฤษฎีซานผันเข้าใจว่าร่างกายมนุษย์แบ่งออกเป็นผันบน ผันกลางและผันล่าง โดยแต่ละผันจะมีส่วนเฉพาะของตนเอง ผันบนคือ ตั้งแต่บริเวณศีรษะใบหน้าไปจนถึงหน้าอก ได้แก่ ศีรษะ หัวใจ ปอดและแขนเป็นต้น ผันกลางคือบริเวณตั้งแต่หน้าอกจนถึงสะดือ ได้แก่ ตับน้ำดี ม้ามกระเพาะอาหาร ตับ ปอดและช่องลำไส้บางส่วน ผันล่างคือ บริเวณตั้งแต่สะดือไปจนถึงขา ได้แก่ ไต กระเพาะปัสสาวะ ลำไส้ใหญ่และเล็ก มดลูก ขาเป็นต้น

风病论，傣语的风称为“拢”。傣医把人体内具有动性特征的物质，均归类于风所主，认为风是维持人体正常生理机能活动的基本物质元素之一。风广义是指生命活动外在的表现；狭义是指在体内起着输导作用的物质和功能。傣医认为，体内共有六种风支配人体各部位的活动，分别是下行风、上行风、腹内风、腹外风、肢体循环风、呼吸风。[②]

ทฤษฎีโลกลม ลมภาษาชนชาติไตเรียกว่าหล่ง หมอชนชาติไตคิดว่า สารทั้งหมดที่มีลักษณะเคลื่อนไหวในร่างกายมนุษย์คือมาจากลม และเชื่อว่าลมเป็นหนึ่งในองค์ประกอบพื้นฐานที่รักษาการทำงานทางสรีระวิทยาของร่างกายให้ปกติ ในความหมายกว้าง ลมหมายถึงอาการภายนอกของกิจกรรมชีวิต ความหมายแคบหมายถึงสารและฟังก์ชันที่ทำหน้าที่นำพาในร่างกายมนุย์ หมอชนชาติไตเชื่อว่า ลมในร่างกายที่ควบคุมกิจกรรมส่วนต่างๆ ของร่างกายมนุษย์มี ๖ ประเภท ได้แก่ ลมลง ลมขึ้น ลมในช่องท้อง ลมนอกช่องท้อง ลมหมุนเวียนของแขนขาและลมหายใจ

在傣族社会发展过程中，傣族人民因地制宜，不断总结治疗疾病的方法，并记载于傣医书中，传承给子孙后代。目前形成了“暖雅”“烘雅”“阿雅”“难雅”“沙雅”“达雅”“果雅”“闭诺”“咱雅”等传统特色疗法。

---

① 依专、吴永贵：《傣医药学史》，中国中医药出版社 2007 年版，第 49 页。
② 依专、吴永贵：《傣医药学史》，中国中医药出版社 2007 年版，第 47-48 页。

ในกระบวนการพัฒนาสังคมของชนชาติไตนั้น ได้ปรับใช้วิธีการตามสภาพแวดล้อมที่อยู่อาศัยและสรุปวิธีการรักษาโรคต่างๆ โดยบันทึกไว้ในหนังสือของการแพทย์ชนชาติไต เพื่อสืบทอดให้กับลูกหลานในรุ่นต่อไป ปัจจุบันได้เกิดวิธีการรักษาแบบดั้งเดิมที่มีลักษณะเฉพาะ เช่น นอนยา รมยา อาบยา นั่งยา สักยา ทายา ห่อยา นวดยา ถูยาเป็นต้น

暖雅，傣语“雅”是指药的意思，“暖”是睡的意思，暖雅也称睡药疗法。它是通过患者平躺在铺好的傣药上，并将同样的药覆盖患者全身进行治疗的一种外治疗法。

烘雅，傣语中的“烘”，意为熏。这种疗法也被称为熏蒸疗法。治疗时，需准备相应的傣药（熏蒸药），将其放入熏蒸器的锅内，待水煮沸产生热气后，患者进入特制的熏蒸器内，通过全身或局部的方式接受药物蒸气的治疗。

阿雅，傣语中的“阿”意为洗。因此，阿雅也称药洗疗法。治疗时，将配制的药煎煮后取出药水，让患者将局部或全身浸泡在药水中进行治疗。

难雅，傣语中的“难”意为坐。难雅即坐药疗法。治疗时，将药（鲜品捣烂或干品散剂）加入猪油、酒或淘米水，拌匀炒热后平摊在药凳上。待温度适中时，患者直接坐在药上接受治疗。或者将药煮成药液后，让患者坐在药液上进行治疗。

沙雅，傣语中的“沙”意为刺。沙雅即刺药疗法。治疗时，用棉签蘸取药汁，边涂搽边用消毒梅花针轻刺患处，直至皮肤微发红但不出血。

达雅，在傣语中，“达”意为搽。因此，达雅也称搽药疗法。治疗时，用药油、药水或药酒直接涂擦患部进行治疗。

果雅，傣语中的“果”意为包。果雅即包药疗法。治疗时，将药包敷于患处进行治疗。

闭诺，傣语“闭诺”意为推拿按摩。闭诺疗法即推拿按摩疗法，治疗时用药酒或药液边涂擦边按摩。

咱雅，傣语“咱”意为拖擦。咱雅疗法即拖擦药物疗法。治疗时，将药物研成细粉装入布袋内，扎紧袋口后蒸热或蘸取热药水、药油或药酒，对身体或患部进行拖擦。

“หนอนหย่า” ในภาษาชนชาติไต คำว่า “หย่า” หมายถึงยา และ “หนอน” หมายถึง การนอน นอนยาหรือที่เรียกว่าวิธีการนอนยา เป็นวิธีการรักษาภายนอก โดยให้ผู้ป่วยนอนราบอยู่บนยาไตที่ปูไว้ แล้วใช้ยาอันเดียวกันประคบทั่วร่างกาย วิธีการรักษาด้วย “นอนยา” ได้รับการขึ้นทะเบียนเป็นมรดกทางวัฒนธรรมที่จับต้องไม่ได้ของประเทศจีน “หงหยา” ในภาษาชนชาติไต คำว่า หง หมายถึง รมควัน เป็นวิธีการรักษาด้วยการรมหรือเฮ้ยยา ในระหว่างการรักษาจะต้องเตรียมยาที่เกี่ยวข้อง โดยใส่ยาเหล่านี้ไว้ในหม้อของเครื่องรมควัน หลังจากนั้น ต้มน้ำให้เดือดจนเกิดไอร้อนแล้ว ให้ผู้ป่วยเข้าเครื่องรมควันแบบพิเศษ เพื่อให้ทั้งร่างกายหรือร่างกายบางส่วนได้รับไอยา “อาหยา” ในภาษาชนชาติไตคำว่า อา หมายถึง การล้าง การอาบยาเป็นวิธีการรักษาด้วยการอาบยา จะทำโดยต้มยาและสกัดน้ำยาแล้ว ให้ผู้ป่วยแช่ส่วนที่ป่วยหรือแช่ทั้งร่างกายลงไป “หนานหยา” ในภาษาชนชาติไต คำว่า หนาน หมายถึง การนั่ง เป็นวิธีการรักษาด้วยการนั่งยา จะใช้ยาสดหรือยาแห้งบดผสมกับน้ำมันหมู เหล้าหรือน้ำล้างข้าวให้เข้ากัน และผัดให้ร้อนแล้วทาบนเก้าอี้ รอให้อุณหภูมิอยู่ในระดับปานกลาง ก็ให้ผู้ป่วยนั่งบนยาเพื่อรับการรักษา หรือหลังจากนำยามาต้มเป็นยาแล้ว ให้ผู้ป่วยนั่งบนน้ำยา “ชาหยา” ในภาษาชนชาติไตคำว่า ชา หมายถึง การสัก เป็นวิธีการรักษาด้วยการสักยา จะเป็นวิธีที่ใช้สำลีชุบน้ำยาแล้ว ทาบริเวณที่ป่วย พร้อมกับใช้เข็มที่ฆ่าเชื้อแล้วสักเบาๆ บริเวณผิวหนัง สักจนเริ่มแดงเล็กน้อยแต่จะไม่ให้มีเลือดออก “ตำหยา” ในภาษาชนชาติไต คำว่า ตำ หมายถึง การทา เป็นวิธีการรักษาด้วยการทายา โดยจะใช้น้ำมันยา น้ำยาหรือยาเหล้าทาบริเวณที่เจ็บป่วย “กั๋วหยา” ในภาษาชนชาติไต คำว่า กั๋ว หมายถึง การห่อ เป็นวิธีการรักษาด้วยการห่อยา คือจะรักษาโดยห่อยาบริเวณที่เจ็บป่วย “ปี้หยา” ในภาษาชนชาติไต คำว่า ปี้ หมายถึง การนวด เป็นวิธีการรักษาด้วยการนวด จะใช้ยาเหล้าหรือน้ำยาทาและนวดไปพร้อมกัน “จานหยา” ในภาษาชนชาติไต คำว่า จาน หมายถึง การถูหรือการลาก เป็นวิธีการรักษาด้วยการถูยา

และจะนำยาที่บดเป็นผงละเอียดใส่ลงในถุงผ้า มัดปากถุงให้แน่นจากนั้นนำไปนึ่งให้ร้อนหรือจุ่มลงในน้ำยาร้อน น้ำมันยาหรือน้ำยาเหล้าแล้ว ถูตัวหรือถูบริเวณที่เจ็บป่วย

此外，随着南传上座部佛教传入西双版纳地区，傣族人民开始创造自己的文字。他们收集整理了散落在民间的口耳相传的知识，并刻写在贝叶片上，形成了《贝叶经》。通过这种方式，傣族人民将各种医学原理和秘方记录下来，不再仅依靠口头传授。贝叶文化的传播不仅使傣医药系统化和规范化，也为其发展和传承奠定了坚实的基础。傣族人民利用贝叶文化传播傣医药知识，延续和传承了其独特魅力，为当代社会提供了宝贵的文化遗产。

นอกจากนี้ เมื่อพุทธศาสนาเถรวาทแพร่กระจายเข้ามาในสิบสองปันนา ชนชาติไตได้เริ่มสร้างตัวอักษรของตนเอง และรวบรวมความรู้ที่ถ่ายทอดจากปากต่อปากมาเขียนลงบนใบต้นปาล์ม จนกลายเป็นพระคัมภีร์เปี้ยเย่ ชนชาติไตได้ใช้วิธีนี้ในการบันทึกหลักการแพทย์และสูตรยาต่างๆ โดยไม่ใช่มีเพียงแค่พูดกันแบบปากต่อปาก การแพร่กระจายของวัฒนธรรมเปี้ยเย่ ซึ่งไม่เพียงแต่ทำให้การแพทย์แผนของชนชาติไตได้เป็นระบบและมีมาตรฐานมากขึ้น แต่ยังช่วยให้การแพทย์แผนชนชาติไตมีฐานที่มั่นคงในการพัฒนาและถ่ายทอดต่อไปอีกด้วย ชนชาติไตใช้วัฒนธรรมเปี้ยเย่ในการเผยแพร่ความรู้เกี่ยวกับการแพทย์แผนของชนชาติไต ต่อยอดและสืบทอดเสน่ห์อันเป็นเอกลักษณ์ของการแพทย์แผนชนชาติไต ที่มีคุณค่ามากมายต่อสังคมปัจจุบัน

中华人民共和国成立以来，在党和政府对民族医药的大力支持下，在傣医不断努力下，傣医药得到了较好的传承与发展。此外，傣医药学作为跨境医学体系，其发展在湄公河流域国家处于领先地位，在南亚及东盟各国也形成了较好的影响和辐射能力。近年来，云南省成立了数家傣医药科研及教育机构，西双版纳州率先组建了民族医药研究所，之后成立了全国唯一的傣医医院。

นับตั้งแต่การสถาปนาสาธารณรัฐประชาชนจีน การได้รับสนับสนุนจากพรรคและรัฐบาลต่อการแพทย์ของชนกลุ่มน้อย และจากความพยายามอย่างต่อเนื่องของหมอชนชาติไต ทำให้การแพทย์ของชนชาติไตได้รับการถ่ายทอดและพัฒนาอย่างดี นอกจากนี้ การแพทย์แผนของชนชาติไตยังเป็นระบบการแพทย์ข้ามพรมแดนซึ่งมีการพัฒนาที่นำหน้าในประเทศลุ่มแม่น้ำโขง อีกทั้งยังประสบความสำเร็จในการสร้างอิทธิพลและการเผยแพร่ประเทศในเอเชียใต้และอาเซียน มณฑลยูนนานได้จัดตั้งสถาบันวิจัยและการศึกษาด้านการแพทย์แผนชนชาติไตหลายแห่ง และสิบสองปันนาเป็นแห่งแรกในการจัดตั้งสถาบันวิจัยด้านการแพทย์แผนชนกลุ่มน้อย ซึ่งต่อมายังได้ก่อตั้งโรงพยาบาลการแพทย์ชนชาติไตแห่งแรกของประเทศไว้ที่นี่

目前西双版纳州已建成公立中傣医医院 4 所，其中西双版纳州傣医医院为三级民族医院，始建于 1979 年。它是我国乃至湄公河流域六国中首家开展傣医药特色服务的临床医疗机构，也是当前傣医药界拥有最大话语权的民族医药研究所。同时，相关人员通过走访田野调查，与老傣医交流学习，收集整理了在澜沧江—湄公河流域具有深刻影响的傣医古籍。目前已经翻译整理了 50 余部，还有 200 余部傣医药《贝叶经》和手写纸板经有待整理翻译。这些古籍中蕴藏着丰富的傣医药知识和经验，对推动傣医药的现代化、国际化具有重要意义。

ปัจจุบัน สิบสองปันนาได้สร้างโรงพยาบาลทางการแพทย์แผนของชนชาติไตและจีนรวม ๔ แห่ง โดยโรงพยาบาลการแพทย์ชนชาติไต เป็นโรงพยาบาลชนกลุ่มน้อยระดับ ๓ ก่อตั้งขึ้นในปี ค.ศ. ๑๙๗๙ ซึ่งเป็นสถาบันการแพทย์แห่งแรกที่ดำเนินการบริการเฉพาะทางแพทย์แผนไตทั้งในประเทศและ ๖ ประเทศกลุ่มลุ่มน้ำโขง นอกจากนี้ยังเป็นสถาบันวิจัยด้านการแพทย์แผนของชนกลุ่มน้อยชั้นนำในด้านการแพทย์แผน ในขณะเดียวกัน ด้วยการลงพื้นที่อย่างต่อเนื่องและการแลกเปลี่ยนเรียนรู้กับหมอพื้นบ้าน ได้มีการรวบรวมและจัดทำหนังสือโบราณแพทย์แผนไตที่มีอิทธิพลต่อพื้นที่ลุ่มแม่น้ำโขงมากมาย ขณะนี้มีการแปล

แล้วกว่า ๕๐ เล่ม และยังมีพระคัมภีร์เป้ยเย่และแผ่นกระดาษมือเขียนอย่างน้อยอีก ๒๐๐ เล่มที่ยังรอการจัดทำและแปล หนังสือโบราณเหล่านี้อุดมไปด้วยความรู้และประสบการณ์ด้านการแพทย์แผนชนชาติไต ซึ่งมีความสำคัญอย่างยิ่งต่อการขับเคลื่อนการแพทย์แผนชนชาติไตให้ทันสมัยและให้เป็นแบบสากล

随着全球健康观念的转变和人们对传统医学的重新审视，傣医药的独特价值逐渐显现。当地政府积极推动傣医药的传承与发展，制定了一系列政策，鼓励其研究、应用和推广。结合现代医学，傣医药在疾病治疗和康复保健中展现出显著成效。西双版纳的傣医药吸引了国内外专家学者的关注，与现代医学的交融使其逐渐走向世界舞台，为更多人带来健康福祉。

เนื่องจากแนวคิดด้านสุขภาพของโลกมีการเปลี่ยนแปลงและผู้คนหันมาสนใจการแพทย์แผนโบราณ ทำให้คุณค่าเฉพาะของการแพทย์แผนชนชาติไต ค่อยๆ ปรากฏให้เห็น องค์กรปกครองส่วนท้องถิ่นได้ผลักดันให้การแพทย์แผนชนชาติไตได้รับการสืบทอดและพัฒนามากขึ้นโดยได้กำหนดนโยบายส่งสริมด้านต่างๆ ไม่ว่าจะเป็นด้านการวิจัย การประยุกต์ใช้และการเผยแพร่

参考文献

1. 艾菊红 . 水之意蕴：傣族水文化研究 [M] . 北京：中国社会科学出版社，2010.

2. 曹成章 . 傣族社会研究 [M] . 昆明：云南民族出版社，1988.

3. 段其儒 . 西双版纳傣族民间美术现状 [A] // 刀波，主编 . 傣族非物质文化遗产概说 [M] . 北京：民族出版社，2010.

4. 段其儒 . 西双版纳傣族章哈现状 [A] // 刀波，主编 . 傣族非物质文化遗产概说 [M] . 北京：民族出版社，2010.

5. 刀永明 . 中国傣族史料辑要 [M] . 昆明：云南民族出版社，1989.

6. 刀国栋 . 傣族历史文化漫谭 [M] . 北京：民族出版社，1992.

7. 高立士 . 西双版纳傣族的历史与文化 [M] . 昆明：云南民族出版社，1992.

8. 胡绍华 . 傣族风俗志 [M] . 北京：中央民族大学出版社，1995.

9. 江应梁 . 傣族史 [M] . 成都：四川民族出版社，1984.

10. 李拂一，编译 . 泐史 [M] . 台北：台北复仁书屋，1983.

11. (元) 李京，王叔武辑校本 . 云南志略辑校 [M] . 昆明：云南民族出版社，1986.

12. 林艳芳，等，编著 . 傣医药文化 [M] . 昆明：云南教育出版社，2006.

13. (明) 钱古训，撰，江应梁，校注 . 百夷传校注 [M] . 昆明：云南人民出版社，1980.

14. 王懿之，杨世光，编 . 贝叶文化论［M］. 昆明：云南人民出版社，1990.

15. 王国祥（孟翔）. 傣族历史文化求是录［M］. 昆明：云南民族出版社，1992.

16. 徐伟兵 . 傣楼与佛寺：西双版纳曼景傣人的“家”［M］. 北京：社会科学出版社，2019.

17. 西双版纳州民委，编 . 巴塔麻嘎捧尚罗［M］. 岩温扁，译 . 昆明：云南人民出版社，1989.

18.《西双版纳年鉴 2022》。

19. 云南省民族学会傣学研究委员会 . 傣族文化研究论［M］. 昆明：云南民族出版社，2000.

20. 岩温香，编著 . 民间工艺文化［M］. 昆明：云南教育出版社，2006.

21. 姚荷生 . 水摆夷风土记［M］. 昆明：云南人民出版社，2003.

22. 依专，吴永贵 . 傣医药学史［M］. 北京：中国中医药出版社，2007.

23. 张公瑾 . 傣族语言与文化［A］// 王懿之，杨世光，编 . 贝叶文化论［M］. 昆明：云南人民出版社，1990.

24. 张公瑾 . 傣族文化研究［M］. 昆明：云南民族出版社，1988.

25. 郑晓云，主编 . 当代云南傣族简史［M］. 昆明：云南人民出版社，2012.

26. 朱德普 . 泐史研究［M］. 昆明：云南人民出版社，1993.

27. 赵世林，伍琼华 . 傣族文化志［M］. 昆明：云南人民出版社，1997.

28. 征鹏 . 从乘象国到雨林之乡：傣族［M］. 北京：民族出版社，2019.

29. Spolsky B.，R.Cooper. The Languages of Terusalem［M］. Oxford: Clarendon, 1991.

บรรณานุกรม 参考文献

๑.อ้าย หจวีหง.(2553).ความหมายของน้ำ:การศึกษาวัฒนธรรมน้ำของชนชาติไต.ปักกิ่ง:สำนักพิมพ์สังคมศาสตร์ประเทศจีน.

๒.ฉาว เฉิงจาง.(2531).การศึกษาสังคมของชนชาติไต.คุณหมิง:สำนักพิมพ์ชนชาติยูนนาน.

๓.ต้วน ฉีรู.(2553).สภาพปัจจุบันของศิลปกรรมพื้นบ้านชนชาติไตสิบสอง-ปันนา:บันทึกไว้ในมรดกทางวัฒนธรรมที่จับต้องไม่ได้ของชนชาติไต(บรรณาธิการเตา โป).ปักกิ่ง:สำนักพิมพ์ชนชาติ.

๔.ต้วน ฉีรู.(2553).สภาพปัจจุบันของจางฮาชนชาติไตสิบสองปันนา:บันทึกไว้ในมรดกทางวัฒนธรรมที่จับต้องไม่ได้ของชนชาติไต(บรรณาธิการเตา โป).ปักกิ่ง:สำนักพิมพ์ชนชาติ.

๕.เตา หย่องหมิง.(2532).หนังสือประวัติศาสตร์ชนชาติไต.คุณหมิง:สำนักพิมพ์ชนชาติยูนนาน.

๖.เตา โก๋ตอง.(2553).ประวัติศาสตร์และวัฒนธรรมชนชาติไต.ปักกิ่ง:สำนักพิมพ์ชนชาติ.

๗.เกา หลี่เซ่อ.(2535).ประวัติศาสตร์และวัฒนธรรมของชนชาติไตสิบสองปัน-นา.คุณหมิง:สำนักพิมพ์ชนชาติยูนนาน.

๘.หู เซ้าหวา.(2538).จารีตประเพณีของของชนชาติไต.ปักกิ่ง:สำนักพิมพ์มหาวิทยาลัยชนชาติแห่งประเทศจีน.

๙.เจียง หยิ่งเหลียง.(2527).ประวัติศาสตร์ของชนชาติไต.เสฉวน:สำนักพิมพ์ชนชาติเสฉวน.

๑๐.หลี่ ฟูยี(ผู้แปล).(2526).ประวัติศาสตร์ของชนชาติไต.ไทเป:ร้านหนังสือฟู

เหรินไทเป.

๑๑.(หยวน) หลี่ จิง, แก้โดยหวู่ จือหวัง.(2529).ยูนนานจื้อ(ฉบับแก้ไข). คุณหมิง:สำนักพิมพ์ชนชาติยูนนาน.

๑๒.หลิน เยี่ยนฟาง.(2549).วัฒนธรรมยาไต.คุณหมิง: สำนักพิมพ์การศึกษายูนนาน.

๑๓.เฉียง กู่สู้น(ผู้แต่ง),แก้ไขโดยเจียง ยิ่งเหลียง.(2523).เปี๋ยหยีจวนฉบับแก้ไข.คุณหมิง:สำนักพิมพ์ประชาชนมณฑลยูนนาน.

๑๔.หวาง ยี่จือ,หยาง ซื่อกวาง.(2523).ทฤษฎีวัฒนธรรมเปี๋ยเย่.คุณหมิง:สำนักพิมพ์ประชาชนมณฑลยูนนาน.

๑๕.หวาง โก๋เซี๋ยง,เมิ่ง เสียง.(2535).ประวัติศาสตร์และวัฒนธรรมของชนชาติไต.คุณหมิง:สำนักพิมพ์ชนชาติยูนนาน.

๑๖.สวี เหว่ยปีน.(2562).บ้านชนชาติไตกับวัดพระศรีรัตนศาสดารามของบ้านเจียนไตสิบสองปันนา.ปักกิ่ง:สำนักพิมพ์สังคมศาสตร์.

๑๗.คณะกรรมการพลเรือนแห่งรัฐสิบสองปันนา,แปลโดยอ้านเวินต่าน.(2532).บาตามากาชานโร.คุณหมิง:สำนักพิมพ์ประชาชนมณฑลยูนนาน.

๑๘.หนังสือประจำปี ค.ศ. 2022 ของจังหวัดสิบสองปันนา.

๑๙.คณะกรรมการวิจัยชนชาติไตของสมาคมชาติพันธุ์ยูนนาน.(2543).วัฒนธรรมของชนชาติไต.คุณหมิง:สำนักพิมพ์ชนชาติยูนนาน.

๒๐.อ้าย อุนเซียง.(2549).วัฒนธรรมหัตถกรรมพื้นบ้าน.คุณหมิง:สำนักพิมพ์การศึกษายูนนาน.

๒๑.เหยา เหอเซิง.(2546).บันทึกประเพณีเปี๋ยหยีน้ำ.คุณหมิง:สำนักพิมพ์ประชาชนมณฑลยูนนาน.

๒๒.ยี จวน,หวู หย่องกุ้ย.(2550).ประวัติทางการแพทย์ชนชาติไต.ปักกิ่ง:สำนัก-พิมพ์แพทย์แผนจีนโบราณ.

๒๓.จาง โกงจิ่น.(2533).ภาษาและวัฒนธรรมชนชาติไต:บันทึกในวัฒนธรรมเปี๋ยเย่ของหวางยี่จือ,หยางซื่อกวง.คุณหมิง:สำนักพิมพ์ประชาชนมณฑลยูนนาน.

๒๔.จาง โกงจิ่น.(2531).การศึกษาวัฒนธรรมชนชาติไต.คุณหมิง:สำนักพิมพ์ชนชาติยูนนาน.

๒๕.เจิ้ง เซียวหยูน.(2555).ประวัติโดยย่อของชนชาติไตยูนนานร่วมสมัย. คุณหมิง:สำนักพิมพ์ประชาชนมณฑลยูนนาน.

๒๖.จู เต๋อผู่.(2536).การศึกษาประวัติศาสตร์ไทลื้อ.คุณหมิง:สำนักพิมพ์ประชาชนยูนนาน.

๒๗.จ้าว เซ่อหลิน,หวู่ฉองหวา.(2540).วัฒนธรรมชนชาติไต.คุณหมิง:สำนักพิมพ์ประชาชนยูนนาน.

๒๘.เจิง ผง.(2562).จากแผ่นดินช้างสู่ดินแดนแห่งป่าฝน : ชนชาติไต.ปักกิ่ง: สำนักพิมพ์ชนชาติ.

๒๙.SpolskฟyB,R.Cooper.The Languages of Terusalem.Oxford:Clarendon,1991.